የታሪክ ትልም በጸሎትና በጾም ሲቀየስ

Shaping History Through Prayer and Fasting

ዴሬክ ፕሪንስ

የደራሲው መብት በሕግ የተጠበቀ ነው፡፡

ሐምሌ 1994 ዓ/ም
አዲስ አበባ

ጥያቄና አስተያየት ቢኖርዎት በሚከተለው አድራሻ ያግኙን
መ.ሣ.ቁ 21980
አዲስ አበባ
ስልክ 566085 (ቢሮ)
0911220701
E-mail: ora.international@telecom.net.et

Shaping History Through Prayer and Fasting

Derek Prince
Derek Prince Ministry–International
P.O. Box 19501
Charlotee, NC 28219

ማውጫ

መግቢያ

ይህ መጽሐፍ በእግዚአብሔር ቃል እውነት ላይ በመንተራስ ከራሱ ከመጽሐፍ ቅዱስ አንኳር፣ አንኳር የሆኑ፤ በጸሎትና በጾም የተገኙ ድሎችን፣ እንዲሁም ጸሐፊው በሕይወታቸው ገጠመኝ ያዩትን፣ የዳሰሱትንና የቀመሱትን እውነት ዋቢ በማድረግ አስገራ ክስተቶችን እየዞሩ ጽፈዋል፡፡ እንዲሁም የታዋቂ ሰዎችን ድልና ውድቀት ከጾምና ከጸሎት አንፃር በመተንተን ‹‹Shaping History Through Prayer and Fasting›› ‹‹የታሪክ ትልም በጸሎትና በጾም ሲቀየስ›› ለሚለው ለአማርኛ ትርጉም እንዲበቃ ያደርገዋል፡፡

እኔም የአገራችን ከባቢ ሁኔታና አስጨናቂ ቢሆንም፤ መፍትሔው ከእግዚአብሔር ዘንድ ብቻ መሆኑን በማመን፤ በዳግም ልደት የተወለዱ ክርስቲያኖች፤ ታሪክን በእውነተኛ አቅጣጫ ፈር ለማስያዝና የህብረተሰቡንም ጉዞ በትክክለኛው ሀዲድ ላይ መጓዝ እንዲችል ለማድረግ ጸሎትና ጾም ታላቅ መሳሪያ በማሣየት ቤተክርስቲያን እንድትጠቀምበት ማበረታታት ይሻሉ፡፡

ስለዚህ እያንዳንዱ ክ ርስቲያን ወገን፤ መጽሐፉን በአግባቡ በማንበብ፤ ለግል ሕይወቱ፣ ለቤተሰቡና ለአገሩ ጭምር አስደናቂ የታሪክ አንጓ ለማኖር፤ በእውነት፣ በጽድቅ፣ በቅድስና እየኖረ፤ በጸሎትና በ ጾም መሰናክል የሆኑ ነገሮችን ማስወገድ እንዲችል፤የመጽሐፉን እያንዳንዱን ገጽ፤ በጥንቃቄ እንዲያነብ እጋብዛለሁ፡፡

የማነብርሃን እንዳለ

ብሔራዊ የጾምና የጸሎት ቀን እንዲከበር፤ በአሜሪካው ፕሬዝዳንት አብርሃም ሊንከን የተላለፈ ዐዋጅ

- የሕዝቦችንም ሆነ የመንግሥታትን የወደፊት ዕድል ወሳኙ፤ ኃያሉና ሉዓላዊው እግዚአብሔር መሆኑን በማመን …፡-

- በዚህም መሠረት እያንዳንዱ መንግሥትም ሆነ፣ ግለሰብ፤ ትምክህቱን ሁሉ ሁሉንም ቻይ በሆነው፤ እግዚአብሔር ላይ ማሳደር እንደሚገባውና በማወቅም ሆነ ባለማወቅ፤ ስለሠራው ኃጢአትና በደል፤ ወደ ፈጣሪው መናዘዝ እንደሚኖርበት በመገንዘብ፡-

- እንደዚሁም ከታሪክ እንደምንረዳው፤እግዚአብሔር በግለሰቦችም ሆነ በመንግሥታት ላይ፤ የቃጣውን ፍርድ በምህረቱ ይቅር እንደሚል በማጤን …፡-

- እነሆም እኛንም አ ሜሪካውያን በጥፋተኛነታችን እስከ ተፀፀትን ድረስ፤እግዚአብሔር በተለመደው አርነቱና ምህረቱ እንደሚታደገን በመተማመን …፡-

መላው የአገሪቱ ሕዝብ፤ በጾምና በጸሎት ተጠምዶ፤ወደ እግዚአብሔር የሚማልድበት አንድ ቀን በመምረጥ፤(በሀገር) ደረጃ አዋጅ እንዳውጅ፤የሕግ መወሰኛው ምክር ቤታችን አባላት፤ ለእኔ ለፕሬዝዳንቱ ሙሉ የሥልጣን ውክልና ሰጥተውኛል፡፡

በማንም ዘንድ እንደሚታወቀው፤እግዚአብሔር አገራችንን አሜሪካን ባርኮና ቀድሶ፤ ለረጅም ዓመታት ሰላምና ብልጽግናን አድሏታል፡፡ ከማንኛውም መንግሥትና ሕዝብ ይልቅ፤ለአሜሪካና ለአሜሪካውያን ግርማ ሞገሥንና ፍቅርን ለግሷል፡፡

ይሁን እንጂ ሰዎች ስንባል ደካማ ፍጡሮች ነንና፤ እኛም በእግዚአብሔር ላይ በማመጻችን፤እንደ ሰዶምና ገሞራ ለ ልቅ ሕይወት በመዳረጋችን፤እነሆ አገራችን ለፍርድ ተጋልጣ፤በወንድማማቾች የእርስ በርስ ጦርነትና ፍጅት በመታመስ ላይ ናት፡፡

በአጭሩ ራሳችንን ለእግዚአብሔር በማስገዛትና፤ዘላለማዊ ክብርን በመጎናጸፍ ምትክ፤አላፊ ጠፊ ለሆነው ምድራዊ ሐብት ተገዢ ሆነናል፡፡ለእህት ወንድሞቻችን መብትና ነጻነት በመታገል ምትክ፤ እንደ ዕቃ የምንሸጥ የምንለውጣቸው፤በባርነት ቀንበር ሥር የምናማቅቃቸው ሆነናል፡፡ለለቅሶና ዋይታቸውም ጆሮአችንን ደፍነናል፡፡ በአጭሩ ‹‹ኃጢአትን የሚያደርግ ሁሉ፤ የኃጢአት ባሪያ ነው›› ሲል ጌታ ኢየሱስ እንደ ተናገረው፤ እኛም የራስ ወዳድነት ስሜት ባሪያ ሆነናል፡፡

ይህን ዓይነቱ የባርነት ቀንበር ደግሞ፤ ሊወገድ የሚችለው ሰው ሠራሽ ሕግጋትን በመደንገግ ወይም ማሕበራዊ ለውጦችን በማብሠር ሳይሆን፤ ንስሐ በመግባትና ወደ እግዚአብሔር ያለፈውን በደላችን ይቅር ይለን ዘንድ፤ የማያልቀውን ሰላሙን ምሕረቱንም ያፈስልን ዘንድ

የሃገሪቱ የሕግ መወሰኛ ምክር ቤት በጣለብኝ አደራና ኃላፊነት መሠረት፤ ማናችንም አሜሪካውያን፤በመጪው መጋቢት 23 ቀን 1856 ዓ/ም ቀኑን ሙሉ፤በጾምና በጸሎት ተጠምደን እንድንውል አውጃለሁ፡፡ ይህም ዕለት ከማናቸውም መደበኛ ሥራችን በመታቀብ ሁላችንም በየአቅራቢያችን በሚገኙት አብያተ ክርስቲያናት በመሰባሰብ፤በህብረት ምህላ የምናቀርብበት ቀን ይሆናል፡፡

ምህላችንንም በንጹሕ ልቦናና በማያወላውል መንፈስ፤ እስካደረስን ሁሉን ቻይና ይቅር ባዩ አምላካችን፤ ምህረቱን እንደሚያፈስልን እርግጠኛ ነኝ፡፡ እርስ በርስ ተከፋፍሎ በመዋጋት ላይ ያለው ሕዝባችንም፤ ሰላምን እንደሚላበስና የቀድሞዊቷም የበለጸገች አሜሪካ፤ መልሳ እንደምትገነባ አልጠራጠርም፡፡
ይህ አዋጅ በእኔ በሃገሪቱ ርእሰ ብሔር የተላለፈ ለመሆኑ፤ማረጋገጫ ይሆን ዘንድ፤ የፕሬዝዳንቱን ማህተም እኔው ራሴ አትሜበታለሁ፡፡

ዋሽንግተን ዲ.ሲ.
መጋቢት 23 ቀን 1856 እ.አ.አ
አብርሃም ሊንከን

ለዚህ በአማርኛ ቋንቋ ለተተረጎመው አዋጅ፤ ምንጭ የሆነው የእንግሊዝኛ ቅጅ፤ ዋሽንግተን ከተማ በሚገኘው የኮንግረስ ቤተ መጻሕፍት ውስጥ ይገኛል፡፡ ቀደም ሲል እንደተገለጸውም፤የአዋጁ መንፈስ የመነጨው በአገሪቱ የሕግ መወሰኛ ምክር ቤት (ሴኔት) አባላት ሲሆን፤የታወጀው ደግሞ በወቅቱ ፕሬዝዳንት አብርሃም ሊንከን ነው፡፡

በመሠረቱ የዚህ አዋጅ መልዕክት፤ ሁለት ፍሬ ሐሳቦችን በማስተላለፍ ላይ ያተኮረ ነው፡፡ በመሆኑም እነኝህን ወሳኝ ነጥቦች በጥንቃቄ እናጤናቸው ዘንድ እንደሚከተለው ተብራርተው ቀርበዋል፡፡

አንደኛ ለአሜሪካ ያ ንን መሰሉን ከፍተኛ ዕድገትና ብልጽግና ያቀዳጃት፤እግዚአብሔር ለመሆኑ ቢታወቅም ቅ ሉ፤ ዳሩ ግን ሕዝቡ በራሱ ጥረት ያገኘው ይመስል፤በዕብሪትና በትዕቢት በመወጠሩ በራሱ ላይ፤ ጥፋትን የማስከተሉ ሐቅ፤ በአዋጁ ውስጥ ተጠቅሷል፡፡ ይህንንም በማስመልከት በዚሁ አዋጅ ‹‹ ... እኛም በእግዚአብሔር ላይ በማመጻችን፤ ቸርነቱንና ምህረቱንም በመዘንጋት፤ እንደ ሰዶምና ገሞራ ለልቅ ሕይወት በመዳረጋችን፤ እነሆ አገራችን ለፍርድ ተጋልጣ፤ በወንድማማቾች የእርስ በእርስ ፍጅት፤ ጦርነት በመታመስ ላይ ናት›› በሚለው መልኩ፤ እውነታው ፍንትው ብሎ ተገልጾ እናገኘዋለን፡፡

በዚሁ አዋጅ ውስጥ የተጠቀሰው ሌላው ሐቅ፤ደግሞ ሰዎች በጥፋተኛነታቸው እስከተፀፀቱና የእግዚአብሔርንም ይቅርታ እስከጠየቁ፤ ‹‹.. ሁሉን የሚችለውና ይቅር ባዩ እግዚአብሔር፤ምህረቱን እንደሚያስፈልገን እርግጠኛ ነኝ›› በማለት፤ የሰፈረውን የአብርሃም ሊንከንን የእምነት መግለጫ ነው፡፡
ይህ አባባል ጠለቅ ባለ መልኩ የሚያመለክተን፤ ለማናቸውም የሰው ልጅ ፖለቲካዊ፤ኢኮኖሚያዊና ወታደራዊ እመርታዎች ሁሉ፤ ወሳኙ ከበስተጀርባ ያለው የእግዚአብሔር ድጋፍና መከታ መሆኑንን ነው፡፡ አንድ መንግሥት በተያያዘው የብልጽግና

ጎዳና ላይ፤ግቡን ይመታ ዘንድ ብሎም ሕዝቡም፤ የአገሩ ሃብት ተቋዳሽ ይሆን ዘንድ፤በግድ ራሱን ለመንፈሳዊ መርሆዎች ማስገዛት ይኖርበታል፡፡

ይህን መሰሉን መርሆ ደግሞ፤ የአዋጁ ባለቤት የሆነው አብርሃም ሊንከን ራሱ፤በግል ሕይወቱ ይለማመደው እንደነበር፤በታሪክ ጸሐፊዎች ተረጋግጧል፡፡ከብዙዎቹም የአሜሪካ ፕሬዝዳንቶች ይልቅ፤ በሕዝቡ ዘንድ ፍቅርንና ከበሬታን ያተረፈለት፤ይኸው የእምነት ጽናቱ ለመሆኑ፤በተለያዩ ጽሑፎች ተዘግቧል፡፡

ሌላው አብርሃም ሊንከንን ለየት ያለ ሰው የሚያደርገው ደግሞ፤ የአንድ የተለየ ቤተክርስቲያን አባል ያለመሆኑ ጉዳይ ነው፡፡ ሊንከን እግዚአብሔርን በማናቸውም ጊዜና አመቺ ቦታ ሁሉ፤በማምለክ ያምንበት ነበር እንጂ፤በጠባብ ቡድን አባልነት ስሜት የሚመራ አልነበረም፡፡

እዚህ ላይ ልናጤነው የሚገባው ሌላው ፍሬ ነገር ደግሞ፤ ምንም እንኳን ይህ አዋጅ በአንዱ ግለሰብ በሊንከን የተዘጋጀ ቢሆንም፤ ዳሩ ግን በመላው የአሜሪካ የሕግ መወሰኛ ምክር ቤት አባላት የተደገፈ መሆኑን ነው፡፡ይህም የሚያመለክተው፤እንደምን እነኛ በዚያን ዘመን ይኖሩ የነበሩ የፖለቲካ መሪዎችና የሕዝብ እንደራሴዎች፤ለሃይማኖታቸው የተሰጡ መሆናቸውን ነው፡፡
እንግዲህ ከዚህ የአሜሪካ ሕዝቦች የታሪክ ምዕራፍ የምንማረው ዋነኛ ቁም ነገር፤ እኛም የዛሬው ትውልዶች የሕዝቦችንና የመንግሥታትን ዕድል ለሚወስነው፤ ለአንዱና ለብቸኛው ኃይል አምላክ ራሳችንን ማስገዛት እንደሚኖርብን ነው፡፡

ምናልባት በዚህ አጋጣሚ የሚነሱት ጥያቄዎች፤ በቅድሚያ ራሳችንን ለእግዚአብሔር እናስገዛ ስንል፤ በምን ዓይነት መልኩ ነው? የሚለውና በመቀጠልም ይህንን በብቃት ለመወጣት ይቻለን ዘንድ፤ ልንከተለው የሚገባን መንገድ የትኛው ነው? የሚለው ሊሆን ይችላል፡፡

የዚህ መጽሐፍ ዓላማም እነኝህንና መሰል ጥያቄዎችን ለመመለስ፤ ምን ማድረግ እንደሚኖርብንና፤ የቱንስ ያህል በጾምና በጸሎት መታገዝ እንደሚያሻን፤አበክሮ ለማስገንዘብ ነው፡፡

እኔም የጾምና የጸሎትን ጠ ቀሜታ በተለይ አጉልቼ ለማሳየት ይቻለኝ ዘንድ፤ በአራት የጽሑፍ ምንጮች ተጠቅሜአለሁ፡፡ እነርሱም በቅድሚያ መጽሐፍ ቅዱስ በመቀጠልም ከ2ኛው የዓለም ጦርነት በፊትና በኋላ የተጠናቀሩ የታሪክ መዛግብት፣ ሦስተኛ በአሜሪካ ላይ የተካሄዱ የተለያዩ ታሪካዊ ጥናቶችና አራተኛ በግል ሕይወቴ ባጋጠሙኝ ልምዶች ላይ ያሰባሰብኳቸው ማስታወሻዎች ናቸው፡፡

ዴሬክ ፕሪንስ

1

የምድር ጨው

‹‹እናንተ የምድር ጨው ናችሁ››
ማቴዎስ 5፡13

ጌታ ኢየሱስ እነኝህን ቃላት የተናገረው፣ ለደቀመዛሙርቱ ብቻ ሳይሆን፣ ትምህርቱ በሥልጣን የተደገፈ መሆኑን ለሚያምን ትውልድ ሁሉ ነው፡፡ እኛም በአሁኑ ዘመን ያለነው ተከታዮቹ ጭምር፣ በምድራዊው ቆይታችን ወቅት፣ ልናሟላው የሚገባንን ክርስቲያናዊ ምግባር በማስመልከት፣ በጨው መስሎ አቅርቦልናል፡፡ ሆኖም ይህ ምሳሌ ግልጽ የሚሆንልን፣ በጨውና በምንመገበው ምግብ መካከል ያሉትን፣ ሁለት የተቀራረቡ ተዛምዶዎች በምናጤንበት ጊዜ ይሆናል፡፡

ጨው ምግብን ያጣፍጣል

የጨው ዋነኛውና ተቀዳሚው፣ ምግብን ማጣፈጥ ነው፡፡ አንድ ምግብ ብቻውን ሲበላ ጣዕሙን የሚያጣውን ያህል፣ ጨው ሲጨመርበት ግን ጣዕሙን ይለውጥና ይጣፍጣል፡፡ይህንንም በማስመልከት ነው በመጽሐፈ ኢዮብ 6፡6 ላይ ‹‹የማይጣፍጥስ ነገር ያለ ጨው ይበላልን?›› የሚለው መንፈሳዊ መልእክት፣ በጥንቃቄ መልክ ቀርቦልን የምናገኘው፡፡ ያለጥርጥር ወደ አፋችን ልናገባው የማንሻውን ምግብ፣ ደጋግመን እንድንጎራርሰውና እያጣጣምን ወደ ሆዳችን እንድንልከው የሚያደርገን፣ በጨው ከመጣፈጡ የተነሣ ነው፡፡ እንግዲህ የእኛም የክርስቲያኖች ተቀዳሚው ተግባራችን፣ ልክ እንደዚያው ጨው ሁሉ፣ የዓለማችንን ምሬቷን ማጣፈጥና ለሚኖሩባት ሕዝቦች ሁሉ ተወዳጅና ማራኪ ማድረግ ነው፡፡

በዚህን መስሉ አድራጎታችን ደግሞ፣ የሚደሰተውና የሚረካው ጌታችን እግዚአብሔር ይሆናል፡፡ ስለምን እርሱ ለፈጠራት ምድር፣ ተወዳጅነት በማትረፍ የበለጠ ተቀባይነትን አስገኝተንላታልና ነው፡፡ ከዚህም የተነሣ እግዚአብሔር፣ ለምድሪቱ ጸጋና በረከትን ያድላታል፡፡ በፍርድና በቁጣ ሳይሆን፣ በምህረትና ትሩፋት መገኘት መንስኤዎቹ፣ እኛ ሰዎች ነን ማለት ነው፡፡

ይህን አባባል ደግሞ ይበልጥ ግልጽ የሚያደርግልን፣ አባታችን አብርሃም የሰዶምን ከተማ ሕዝብ ከከፋ ፍርድ ለመታደግ፣ ወደ እግዚአብሔር ያቀረበው የምልጃ ቃል ነው፡፡

በዘፍጥረት 18፣16-33 ላይ ሠፍሮ እንደምናገኘው፤ እግዚአብሔር ለኃጢአት ተገዢ የሆኑትን፤ የሰዶም ሕዝቦች ለማጥፋት ወደዚያ በሚያመራበት ጊዜ፤ አብርሃም ያገኘውና ይከተለዋል፡፡ ከዚያም ቀስ በቀስ፤ እግዚአብሔርን ከቁጣው ለማብረድ ሲሞክር እናያለን፡፡ በዚህም ወቅት አብርሃም የተከተለው፤ እጅግ መለኛ በሆነ የአቀራረብ ዘዴ ነበር፡፡ ይኸውም በቅድሚያ የእግዚአብሔርን ቅዱስነትና ሚዛናዊ ዳኝነት አጉልቶ በማቅረብ ፤ በኃጥአን ላይ በቁጣው በሚፈርድበት ጊዜ፤ ጻድቃንንም አብሮ ላለማጥፋት ተገቢውን ጥንቃቄ እንደሚያደርግ፤ ያለውን እምነት በማተት ነው፡፡ አባባሉም በዘፍጥረት 18፣23-25 ላይ እንደሚከተለው ቃል በቃል ሰፍሯል፡፡

‹‹አብርሃምም ቀረበ አለም፡- በውኑ ጻድቁን ከኃጢአተኛ ጋር ታጠፋለህን? አምሳ ጻድቃን በከተማይቱ ውስጥ ቢገኙ በውኑ ሁሉን ታጠፋለህን? ከተማይቱንስ በእርስዋ ስለሚገኙ አምሳ ጻድቃን አትምርምን? ይህ ከአንተ ይራቅ፤ ጻድቁን ከኃጢአተኛ ጋር ትገድል ዘንድ፣ ጻድቁም እንደ ኃጢአተኛ ይሆን ዘንድ፣ እንደዚህ ያለው አድራጎት ከአንተ ይራቅ፡፡ የምድር ሁሉ ፈራጅ በቅን ፍርድ አይፈርድምን?››

ይህንን የአብርሃምን ክ ርክር አደራደር፤ እግዚአብሔር የተቀበለው ለመሆኑ፤ በቀጣዮቹ ቁጥሮች ላይ ከሰፈረው ሐተታ ለመረዳት እንችላለን፡፡ ይህም የሚያመለክተው፤ ማናችንም ብንሆን እግዚአብሔር በንጹሕ ልቦናና በፍቅር እስከቀረብነው ድረስ፤ ተቀባይነትን የማይነፍገን ቸርና ሩኅሩኅ አባት መሆኑን ነው! በመሆኑም በልጁ በክርስቶስ አምነን፤ የተቀደሰ ሕይወት እስከመራን ድረስ፤ በኃጢአት ፍርድ ሳቢያ ጻድቃን የሆንነው ለ ጥፋት እንደማንዳረግ፤ እርግጠኞች ልንሆን ይገባናል፡፡

ይሁን እንጂ ብዙዎቻችን ክርስቲያኖች፣ ይህንን ሐቅ በአግባቡ ካለመገንዘብ የተነሣ፤ የተሳሳተ ትርጉም ስንሰጠው ይታያል፡፡ እርግጥ አንዳንድ ቅዱሳን ክርስቲያኖች፤ ለተለያዩ ፈተናዎች መዳረጋቸው በየጊዜው የታየና፤ ወደፊትም የሚከሰት እውነታ ነው፡፡ ዳሩ ግን ይህን መሰሉን መሥዋዕትነት ክርስቲያኖች የሚቀበሉት፣ የሃይማኖት ጽናታቸውን ለማስመስከር እንደመሆኑ፤ በኃጥአን ላይ ከሚወርደው መዓትና መቅሠፈት ጋር ፤ አንድ አድርገን ልንቆጥረው አይገባም፡፡ ስለምን በጻድቃንና በቅዱሳን ላይ ፈተናን የሚያደርሱት በእግዚአብሔር የማያምኑ ከሃዲያንና ዓለማውያን ሲሆኑ፤ በኃጥአን ላይ ፍርድን የሚሰጠው ግን፤ ራሱ ቅዱስ የሆነው እግዚአብሔር በመሆኑ ነው፡፡ ከዚህም በግልጽ የምንረዳው ለጻድቃንና ለኃጥአን፤ ለፍርድ መጋለጥ ምንጩ የተለያየ መሆንና፤ እንደዚሁም ተቃራኒ የሆኑ ውጤቶችን ማስከተሉን ነው፡፡

በመሠረቱ በዚህ ምድራዊ ቆይታቸው ወቅት፤ ክርስቲያኖችም ቢሆኑ ለተለያየ መከራና ሥቃይ እንደሚጋለጡ፤ መጽሐፍ ቅዱስ ራሱ ቁልጭ አድርጎ ያሳየናል፡፡ ለምሳሌ ቀጥሎ እንደምንመለከተው፤ ጌታ ኢየሱስ ‹‹በተራራው ስብከቱ›› ለደቀመዛሙርቱ ደጋግሞ ያሳሰባቸው፤ ማንኛውንም ፈተና በጽናት እንዲቋቋሙ ነው፡፡

‹‹ስለ ጽድቅ የሚሰደዱ ብጹዓን ናቸው፣
መንግሥት ሰማያት የእነርሱ ናትና፡፡
ሲነቅፉአችሁና ሲያሳድዷችሁ በእኔም

ምክንያት ክፉውን ሁሉ በውሸት ሲናገሩባችሁ
ብፁዓን ናችሁ፡፡ ዋጋችሁ በሰማያት ታላቅ ነውና ደስ ይበላችሁ፤
ሐሴትም አድርጉ ከእናንተ በፊት የነበሩትን
ነቢያትም እንዲሁ አሳድደዋቸዋልና፡፡››
ማቴዎስ 5፡10-12

ሐዋርያው ጳውሎስ ይህንኑ የጌታችንን ቃል በማጠናከር ነበር፤ ለጢሞቴዎስ በላከው መልእክቱ ላይ፤ ‹‹በእውነትም በክርስቶስ ኢየሱስ እግዚአብሔርን እየመሰሉ ሊኖሩ የሚወዱ ሁሉ ይሰደዳሉ›› (2 ጢሞቴዎስ 3፡12) ሲል ለማሳሰብ የፈለገው፡፡ እንግዲህ ይህ ግልጽ የሚያደረግልን ከእምነታቸው ጽናት የተነሣ፤ ክርስቲያኖች ለሥቃይ እንደሚዳረጉና ሆኖም፤ ያንን መሰሉን ፈታና በድል መወጣቱ፤ ለብጽእናና ለቅድስናቸው ማስመስከሪያ መሆኑን ነው፡፡

ስለዚህ በክርስቲያኖች ላይና በኃጥአን የሚያወርደን የፈተና ዓይነት፤ በግልጽ ለይተን ልናውቀው ይገባል፡፡ የፈተናው ይዘት የተለያየ የመሆኑን ያህል፤ ውጤቱም እንደዚያው የሚለያይ ለመሆኑ ጳውሎስ ‹‹ነገር ግን በተፈረደብን ጊዜ ከዓለም ጋር እንዳንኮነን፤ በጌታ እንገሰፃለን›› (1ቆሮንቶስ 11፡32) በማለት ያሰፈረው ያስረግጥልናል፡፡

ዳዊትም በበኩሉ እምነታችንን በአምላካችን ላይ እስከጣልን፤ ይህንን መሰሉን ፈተና በድል የምንወጣው ለመሆኑ፤ በመዝሙር 91፡7-8 ላይ

‹‹በአጠገብህ ሺ በቀኝህም አሥር ሺ ይወድቃሉ፤
ወደ አንተ ግን አይቀርብም፡፡
በዓይኖችህ ብቻ ትመለከታለህ
የኃጥአንንም ብድራት ታያለህ፡፡››

በማለት፤ በሕይወት ልምዱ ካለፈበት በመነሣት፤ ያበረታታናል፡፡ እናም ይህም ጥቅስ ቢሆን፤ ግልጽ የሚያደርግልን እውነታ፤ ቀደም ሲል እንደተጠቀሰው ሁሉ፤ ምን ጊዜም ቢሆን ‹‹የኃጥአን ብድራት›› በጻድቃን ላይ እንደማይወርድ ነው፡፡ ኃጥአን በፍርድ በሚታመሱበትና በመቅሠፍት በሚረግፉበት መሃል ሁሉ፤ ጻድቃን ቅንጣት ታህል እንኳ ሳይነኩ የማለፋቸው ሐቅ ነው፤ ይህ ጥቅስ ግልጽ የሚያደርግልን፡፡

በዘጸአት ከምዕራፍ 7-12 ባለው ክፍል ውስጥ፤ ከሰፈረው መለኮታዊ ፍርድ ዘገባም ቢሆን የምንረዳው፤ እንደምን በዕብሪት የተወጠሩት ግብጻውያን፤ የእግዚአብሔር ነቢያት ለሆኑት ሙሴና አሮን ባለመታዘዝ፤ በአሥር የመቅሠፍት ዓይነቶች እንደተመቱና፤ ዳሩ ግን ራሳቸውን ለእግዚአብሔር ያስገዙት እሥራኤላውያን፤ አንዳችም ክፉት ሳይደርስባቸው እንዳለፉ ነው፡፡ ይህም በተለይ በዘጸአት 11፡7 ላይ እንደሚከተለው ተገልጾ እናገኘዋለን፡፡

‹‹እግዚአብሔር ግን በግብጻውያንና በእሥራኤል ልጆች መካከል እንዲለይ እንድታውቁ፤ በእስራኤል ልጆች መካከል ጀምሮ እስከ እንስሳ ድረስ ውሻ ምላሱን አያንቀሳቅስባቸውም፡፡

እንግዲህ በዚህ ጥቅስ ውስጥ ‹‹እንዲለይ›› የሚለው ቃል፣ ግልጽ የሚያደርግልን በዚያን የፍርድ ወቅት በሁለቱ ሕዝቦች መካከል፣ የማይበገር ወሰን መጣሉ፣ እንደምን በደመነፍስ የሚመሩት ‹‹ውሾች›› እንኳን፣ ሊተላለፉት እንደቻሉ ነው፡፡ ይህን መሰሉ የልዩነት መስመር ደግሞ፣ በአሁኑም ጊዜ ቢሆን በኃጥአንና በጻድቃን መካከል እንደጸና ያለ መሆኑን ነው፣ ወደ ሰዶሞች ታሪክ በምንመለስበትም ጊዜ ቢሆን፣ የምናጤነው እውነታ ከዚህ ያልተለየ ሆኖ እናገኘዋለን፡፡ ለምሳሌ በዚያች ከተማ ውስጥ ብዙ ጻድቃን በመኖራቸው፣ ከኃጥአን ጋር አብረው ሊቀመጡ እንደማይገባ፣ አብርሃም በ ተደጋጋሚ ለእግዚአብሔር ሲያሳስብ እንመለከታለን፡፡ እግዚአብሔርም በሰጠው መልስ፣ በከተማይቱ ውስጥ አሥር ያህል ጻድቃን እንኳን ቢገኙ፣ ለእነርሱ ሲል ለኃጥአኑ ጭምር ይቅርታ እንደሚያደርግ፣ ቃል መግባቱን እንመለከታለን፡፡

እርግጥ በዚያን ወቅት የነበረው የሰዶም ከተማ ሕዝብ፣ ይህን ያህል ነው ብሎ በቁጥር መናገር ይከብዳል፡፡ ይሁን እንጂ በወቅቱ ከነበሩት ተመሳሳይ ከተሞች የሕዝብ ብዛት በመነሣት፣ አማካይ የሆነ ግምገማ ማካሄድ ይቻላል፡፡ ለምሳሌ በመለስተኛዋ በኢያሪኮ ከተማ፣ እስከ 10 ሺህ ሕዝብ ያህል እንደበረ ፣ በከርሰ ምድር ታሪክ ተመራማሪዎች ጥናት የተደረሰበት ሲሆን፣ የጋይ ከተማ ነዋሪዎች ደግሞ ወደ 12 ሺ ይጠጉ ነበር (ኢያሱ 8፡25)፡፡ እንደዚሁም በጊዜው ታላቅ ከተማ በሆነችው በሀጾር፣ እስከ 50 ሺህ ያህል ሕዝብ ይኖርባት እንደነበር በአብርሃም ዘመን በነበረችው፣ በዚያች በሰዶም ከተማ፣ ከ10 ሺ ያላነሰ ሕዝብ ለመኖሩ መመገመቱ ቀላል ነው፡፡

እንግዲህ እግዚአብሔርም ለአብርሃም ከሰጠው መልስ፣ ልናጤነው የምንችለው ከዚያች 10 ሺ ሕዝብ ከሚኖርባት ከተማ፣ አሥሩ ያህል እንኳን ጻድቃን ቢሆኑ፣ ከተማዋን እንደማያጠፉት ነው፡፡ ይህን መሰሉን ቃል ኪዳን ይበልጥ የሚያጎለብተውና እኛንም በአግራሞት እንድንደመም የሚያደርገው ደግሞ፣ ከዚሁ ቃል ኪዳን፣ ጋር ተመሳሳይ የሆኑ፣ የተስፋ ቃሎች በኢዮብ 33፡23 ላይ በመጽሐፈ መክብብ 7፡28 ላይ መገኘታቸው ነው፡፡ በሁለቱም ጥቅሶች ውስጥ፣ ‹‹ከሺህ ውስጥ አንድ (ጻድቅ) ቢገኝ››፣ የሚለውን አሃዛዊ መግለጫ ሰፍሮ የምናገኘው ሲሆን፣ ይህም በቀመር ስሌቱ ለአብርሃም ከተገባለት ቃል ኪዳን ጋር፣ ተመሳሳይ መሆኑን እንረዳለን፡፡

የእግዚአብሔር ቃል ኪዳን፣ በዘመናት ርዝማኔና መለዋወጥ የማይሻር እንደመሆኑ መጠን፣ ይህን አሃዛዊ መግለጫ፣ ከወቅታዊው የዘመናችን ተጨባጭ ሁኔታ ጋር ስናዛምደው ደግሞ፣ ቀጣዩን ዓይነት ምስል ሊሰጠን ይችላል፡፡ አንድ ሺ ነዋሪዎች በሚገኙበት ከተማ፣ የአንድ ጻድቅ ሰው መኖር፣ ወይም አሥር ሺ ነዋሪዎች በሚገኙበት ከተማ፣ የአሥር ጻቃን መኖር፣ ከተማውን ከጥፋት የሚያድነው ከሆነ፣ 100 ሺ ነዋሪዎች ለሚኖሩበት ከተማ ደህንነት ደግሞ፣ የሚያሻው የ100 ሺ ጻድቃን መገኘት ብቻ ነው ማለት ነው፡፡ በተመሳሳይ ቀመር በመመራትም አንድ ሚሊዮን ሰዎች ለሚኖሩባት ከተማ፣የሚያሻው የአንድ ሺ ጻድቃን መገኘት ብቻ እንደሆነ እንደርስበታለን፡፡ እናም በዚህ ስሌት እስከተመራን፣ 250 ሚሊዮን ያህል ሕዝብ የሚኖርባት አሜሪካን፣ ከመለኮታዊ ፍርድና መቅሠፍት ለማዳን፣ የ250 ሺ ጻድቃን መገኘት ብቻ፣ በቂ ለመሆኑ እንገነዘባለን፡፡ ማለትም ቁጥራቸው እጅግ አነስተኛ የሆነ፣ አማንያን መላዋን አሜሪካ፣ በእግዚአብሔር ዘንድ እንደ ‹‹ጨው›› አጣፍጠው በማቅረብ፣ ከተቃጣበት መቅሰፍት ሊታደጓት ይችላሉ ማለት ነው፡፡

አማንያን በጨው የመሰላቸው፣ ራሱ ጌታችን ኢየሱስ ክርስቶስ ለመሆኑ፣ ቀደም ብለን የተመለከትነው ሲሆን፣ ጳውሎስም ይህንኑ የክርስቲያኖችን እሴትና ጠቀሜታ በማጉላት፣ በ2 ቆሮ. 5፡20 ላይ፣ ‹‹የክርስቶስ መልእክተኞች (አምባሰደሮች)›› በማለት አሞካሽቷቸዋል፡፡ ለመሆኑ የአንድ መልእክተኛ ወይም አምባሰደር፣ ተልዕኮ ምንድነው?

ለዚህ ኃላፊነት እንደሚመጥን፣ ታምኖበት የተመረጠው ሰው፣ መንግስቱን በመወከል ወደ ሌላ አገር የሚላክ፣ እንደራሴ ነው፡፡ ይሁን እንጂ፣ እዚህ ላይ ግልፅ ሊሆንልን የሚገባው፣ ይህ ሰው የሥልጣን ባለ አደራ እንጂ፣ ራሱ የሥልጣን ምንጭ አለመሆኑን፣ ወይም እንዳሻው ለማድረግ አለመቻሉን ነው፡፡ በተመሳሳይ መልኩም፣ አንድ ክርስቲያን የሚወክለው፣ ሰማያዊውን የእግዚአብሔርን መንግስት መሆኑን፣ ልብ ልንለው ይገባል፡፡ ጳውሎስም እንደገና በፊልጵስዮስ 3፡20 ላይ አገራችን በሰማይ ነውና›› ማለቱ፣ የሚያስረግጥልን የክርስቲያኖች መንግሥት፣ጊዜ፣ በመልእክተኛነት ወይም በእግዚአብሔር አምባሳደርነት ደረጃ የምናገለግልበት እንጂ፣ ዘላቂ መኖሪያችን ወይም ዘላለማዊ ዜግነትን የምንወርስበት አይደለም፡፡ በመሆኑም በዚህ ምድራዊ ቆይታችን ወቅት ልንፈጽመው የሚገባው፣ የወከለንን የአምላካችንን ትእዛዝ እንጂ፣ የግል ፍላታችንን መሆን እንደሌለበት ነው፡፡

ወደ ምድራዊ መንግሥታት ታሪክ በምንመለስበት ጊዜ፣ አንድ የምናጤነው ሀቅ አለ፡፡ ይኸውም በሁለት መንግሥታት መካከል አለመግባባት ተፈጥሮ ወደ ጦርነት የሚያመሩ ከሆነ፣ በቅድሚያ የሚወስዱት እርምጃ፣ ሁለቱም መልዕክቶቻቸውን (አምባሳደሮቻቸውን) ወደየሃገራቸው እንዲመለሱ ማድረግ መሆኑን ነው፡፡ እንደዚሁ ሁሉ፣ እኛም የእግዚብሔር መልእክተኞች የሆንነው ክርስቲያኖች፣ በምድር ላይ እስካለን ድረስ እግዚአብሔር፣ ከእነዚህ ምድራዊ መንግሥታት ጋር፣ ያለውን ግንኙነት ለማቋረጥ ላለመፈለጉ ምልክት ነው፡፡ ዳሩ ግን በእነዚህ መንግሥታት አድራጎት፣ በመቀየም ፍርዱን የሚያፈስበት ጊዜ ከተቃረበ፣ በቅድሚያ መልእክተኞቹን ወደ ሰማያዊ መንግሥቱ ይጠራል፡፡ ከዚያን በኋላ ነው፣ ከምድሪቱ ጋር ያለውን ግንኙነት በማቋረጥ፣ ጦርነት የሚያውጀውና በመዓትና በቁጣው የሚጎበኛት!

እነሆም ከዚህን መሰሉ መደምደሚያ በመነሣት፣ ወደ ጥናታችን ሁለተኛ ክፍል የምናመራው፡፡ በዚህ ክፍል ውስጥ ‹‹በምድር ጨው›› የተመሰሉት ክርስቲያኖች፣ የቱን ያህል ዓለምን ከጥፋት ሊያድኗት እንደሚችሉ እንመለከታለን፡፡

ጨው መበስበስን ይከላከላል

ጨው ምግብን ማጣፈጥ ብቻ ሳይሆን፤ በዚያኑም መጠን ከመትላትና ከመጥፎ ሽታ፤ ከመፈረካከስና ከመበስበስ ያድነዋል፡፡ ለምሳሌ የምግብ ማቀዝቀዣ መሣሪያዎች፤ እንደዛሬው ባተፈበረኩበት ዘመን፤ ይኖሩ የነበሩ መርከበኞች፤ በረጅሙ ጉዞአቸው ላይ ይይዙት የነበረውን ሥጋውን ከመትላትና ከመበስበስ ለማዳን ነበር፡፡ ዳሩ ግን በዚህ ዘዴ ባይጠቀሙ ኖሮ ፤ ከሚኖራቸው አማራጭ የሥጋ ዘር ሳያዩ፤ ለቀናትና ለወራት ብቻ ነበር፡፡

እንደዚሁ ሁሉ የእኛም የክርስቲያኖች በዓለም ላይ መኖር፤ ምድሪቱን ሙሉ በሙሉ በኃጢአት ከመበከል፣ ለርኩሰትም ተገዢ በመሆን፣ ፍፁም ረክሳ ከመመረዝ ይከለክላታል፡፡ እንደ እውነቱ ኃጢአት ዓለማችንን በተለያየ መልኩ፤ እየመረዘና እየበረዛት ነው፡፡ ከዚህም የተነሳ የሰው ልጅ ሃይማታዊ ጽናቱንም ሆነ፤ ግብረ ገባዊ ብቃቱን እያጣ፤ ለከፋ ማኅበራዊና ፖለቲካዊ ዝቅጠቶች እየተዳረገ ነው፤ ታዲያ ይህን አዳም ልጆች ተፈጥሯዊ ድክመት፤ ሙሉ በሙሉ በግል ጥበባችን ለማስወገድ፤ የማይቻል ቢሆንም፤ ሆኖም ግን የእግዚአብሔርን ጸጋና ምህረት ያለማቋረጥ በመሻት፣ እስከተወሰነ ደረጃ ድረስ ለማስወገድ ይቻላል፡፡ ይህን መሰሉም ኃላፊነት ነው፤ በክርስቲያኖች ትከሻ ላይ የተጣለው፡፡ ሆኖም ይህን ግዴታቸውን ክርስቲያኖች በአግባቡ እስካልተወጡት ድረስ፤ መላው ምድር በኃጢአት የመበከሏ ነገር አይቀሬ ነው፡፡

ኃጢአትን በመዋጋት ረገድ፤ ክርስቲያኖች የቱን ያህል ቆራጥ መሆን እንደሚገባቸው፤ ጳውሎስ በ2ኛ ተሰሎንቄ መልእክቱ ምዕራፍ 2 ከቁጥር 3-12 ባለው ክፍል ላይ፤ ሰፋ ያለ ምክር አስፍሮልናል፡፡ የምንዋጋውም ምንነቱ ካልታወቀ ጠላት ጋር ሳይሆን፤ የኃጢአት ምንጭ ከሆነው ከቀንደኛው ባለጋራችን፤ ከሰይጣን ጋር ስለመሆኑም አበክሮ ያስገነዝበናል፡፡ ይህንንም ጠላታችንን፤ ‹‹የዓመጽ ሰው ... የጥፋት ልጅ ... ወዘተ›› በማለት የገለጸው ሲሆን፤ ሐዋርያው ዮሐንስም በበኩሉ በ1ኛ ዮሐንስ 2፡18 ላይ፤ ‹‹የክርስቶስ ተቃዋሚ›› እንደዚሁም በራእይ 13፡4 ላይ፤ ‹‹አውሬው›› በማለት ሰይሞ አቅርቦታል፡፡

ይኸው ቀንደኛ ጠላታችን ሰይጣን ደግሞ፤ በሰው ልጆች ላይ የከፈተውን ዘመቻ እያጠናከረ በመሄድ፤ መላዋን ዓለም በቁጥጥሩ ሥር ለማድረግ፤ የመጨረሻ ፍልሚያ ያካሂዳል፡፡ ሆኖም ግን ይህ ምኞቱ አይሳካለትም! ስለምን ሐዋርያው ጳውሎስ እንዳለው፤ በዚያን ጊዜ ጌታ ኢየሱስ በመገለጥ፤ ‹‹በአፉ መንፈስ›› ስለሚያጠፋውና ከዓለምም ስለሚያስገድደው ነው (2ኛ ተሰሎንቄ 2፡8)፡፡

ይሁን እንጂ እዚህ ላይ፤ አንድ ሳይጠቀስ መታለፍ የሌለበት ጉዳይ አለ፡፡ ይኸውም የዚህን ‹‹የክርስቶስ ተቃዋሚ››፤ በመጨረሻ ላይ ድል መመታትና መሸነፍ፤ በማስመልከት አንዳንድ የሃይማኖት ሰባኪዎች፤ የሚያናፍሱት የተሳሳተና ተስፋ አስቆራጭ ትምህርት ነው፡፡

እንደነዚህ ሰዎች አባባል፣ ሐሳዊ መሲሑ ሰይጣን መጨረሻ ላይ ጦርነት ማወጁና፤ በክርስቶስም ድል መመታቱ እስካልቀረ፤ እርሱን ለመዋጋት የሰው ልጆች የሚያደርጉት መፍጨርጨር ሁሉ ዋጋ ቢስ ነው፡፡ ስለዚህ ከማይቋቋሙት ባላንጣ ጋር አለመዋጋት፤ ተመራጭ ነው ሲሉ ይደመጣሉ፡፡

ይሁን እንጂ ይህን መሰሉ የተሳሳተ ዘገባ፤ ከመሳዘንም አልፎ በእጅጉ የሚያሳፍርም ነው፡፡ ስለምን? እንድንዋጋው ስለሚገባው ጠላታችን የሚከተሉት አበረታች ቃላት በመጽሐፍ ቅዱስ ላይ በግልጽ ሰፍረው ስለምናገኝ ነው፡፡

‹‹እኔ እግዚአብሔር ነኝ ብሎ አዋጅ እየነገረ፤ በእግዚአብሔር ቤተመቅደስ እስኪቀመጥ ድረስ፤ አምላክ ከተባለው ሁሉ፣ ሰዎችም ከሚያመልኩት ሁሉ በላይ፤ ራሱን ከፍ ከፍ የሚደርገው ተቃዋሚ፤ እርሱ ነው፡፡ ገና ከእናንተ ጋር ሳለሁ ይህን እንዳልኳችሁ ትዝ አይላችሁምን በገዛ ራሱም ጊዜም ይገለጥ ዘንድ የሚከለክለውን አሁን ታውቁታላችሁ፡፡ የዓመጽ ሚስጢር አሁን ይሰራልና ብቻ ከመንገድ እስኪወገድ ድረስ አሁን የሚከለክል አለ፡፡›› (2 ተሰሎቄ 2፡4-7) ይህ ሰይጣንን እንዳሻው ከመሆን የሚከለክለው፤ ወይም ምድሪቱን ሙሉ በሙሉ በኃጢአት ከመበረዝ የሚያግደው፤ ኃይል ደግሞ በቤተክርስቲያን ላይ የሚያድረው መንፈስ ቅዱስ ለመሆኑ መጽሐፍ ቅዱስ ግልጽ ያደርግልናል፡፡ ይህንንም በማስመልከት ጌታችን ኢየሱስ ራሱ፤ ከአንድም ሁለት ጊዜ፣ ከሁለትም ሦስት ጊዜ በሚከተለው መልኩ ለደቀመዛሙርቱ፤ ቃል ገብቶላቸዋል፡፡

‹‹እኔም አብን እለምናለሁ ለዘላለምም ከእናንተ ጋር እንዲኖር ሌላ አጽናኝ ይሰጣችኋል፤ እርሱም ዓለም የማያውና የማያውቀው ስለሆነ ሊቀበለው የማይቻለው የእውነት መንፈስ ነው፤ ነገር ግን ከእናንተ ዘንድ ስለሚኖር በውስጣችሁም ስለሚሆን እናንተ ታውቁታላችሁ፡፡›› (ዮሐንስ 14፡16-17)

‹‹አሁን ወደ ላከኝ እሄዳለሁ ከእናንተም ወዴት ትሄዳለህ? ብሎ የሚጠይቀኝ የለም፡፡ ነገር ግን ይህን ስለተማርኳችሁ ኃዘን በልባችሁ ሞልቷል፡፡ እኔ ግን እውነት እነግራችኋለሁ፡፡ እኔ እንድሄድ ይሻላችኋል፡፡ እኔ ባልሄድ አጽናኙ ወደ እናንተ አይመጣምና፤ እኔ ብሄድ ግን እርሱን እልክላችኋለሁ›› (ዮሐንስ 16፡5-7)፡፡

‹‹የምነግራችሁ ገና ብዙ አለኝ፣ ነገር ግን አሁን ልትሸከሙት አትችሉም፡፡ ግን እርሱ የእውነት መንፈስ በመጣ ጊዜ ወደ እውነት ይመራችኋል፤ የሚሰማውንም ሁሉ ይነግራል እንጂ ከራሱ አይነግርምና፤ የሚመጣውንም ይነግራችኋል፡፡›› (ዮሐንስ 16፡12-13)

እነሆም ጌታ ኢየሱስ እንደሚገባልን ቃል ኪዳን ሁሉ፤ እርሱ ወዶ በአባቱ ቀኝ ለመቀመጥ ወደ ሰማይ ባረገበት በአሥረኛ ቀን፤ ማለትም በዕለተ ጴንጤቆስጤ፤ መንፈስ ቅዱስን በደቀመዛሙርቱ ላይ እንዲወርድ አድርጓል፡፡

ከዚያን ጊዜም አንስቶ፣ በ1 ቆሮንቶስ 3፡16 ላይ፤ ‹‹እግዚአብሔር ቤተ መቅደስ እንደሆናችሁ የእግዚአብሔርም መንፈስ እንዲኖርባችሁ አታውቁምን?›› ተብሎ በተገለፀው መሠረት፤ መንፈስ ቅዱስ ከክርስቲያኖች ተለይቶ አያውቅም፡፡ በእነርሱም ላይ በማደር፤ ሐሳዊ መሲሑን ሰይጣንን በመዋጋት ላይ ይገኛል፡፡

‹‹ኢየሱስ ክርስቶስም በሥጋ እንደመጣ፤ የማይታመን መንፈስ ሁሉ፤ ከእግዚአብሔር አይደለም፤ ይህም የክርስቶስ ተቃዋሚው መንፈስ ነው፤ ይህም እንዲመጣ ሰምታችኋል፣

አሁንም እንኳ በዓለም አሉ ልጆች ሆይ፣ እናንተ ከእግዚአብሔር ናችሁ፣ አሸንፋችኋቸውማል በዓለም ካለው ይልቅ በእናንተ ያለው ታላቅ ነውና፡፡›› (1 ዮሐንስ 4፡3-4)

እነሆም ጌታ ኢየሱስ እንደገባልን ቃል ኪዳን ሁሉ፤ እርሱ ወዶ በአባቱ ቀኝ ለመቀመጥ ወደ ሰማይ ባረገበት በአሥረኛ ቀን፤ ማለትም በዕለተ ጰንጠቆስጤ፤ መንፈስ ቅዱስን በቀመዛሙርቱ ላይ እንዲወርድ አድርጓል፡፡

ከዚያን ጊዜም አንስቶ፤ በ1ኛ ቆሮንቶስ 3፡16 ላይ፤ ‹‹የእግዚአብሔር ቤተ መቅደስ እንደሆናችሁ የእግዚአብሔርም መንፈስ እንዲኖርባችሁ አታውቁምን?›› ተብሎ በተገለፀው መሰረት፤ መንፈስ ቅዱስ ከክርስቲያኖች ተለይቶ አያውቅም፡፡ በእነርሱም ላይ በማደር፤ ሐሳዊ መሲሑን ሰይጣንን በመዋጋት ላይ ይገኛል፡፡

‹‹ኢየሱስ ክርስቶስም በሥጋ እንደመጣ፤ የማይታመን መንፈስ ሁሉ፤ ከእግዚአብሔር አይደለም፤ ይህም የክርስቶስ ተቃዋሚው መንፈስ ነው፤ ይህም እንዲመጣ ሰምታችኋል፣ አሁንም እንኳ በዓለም አሉ ልጆች ሆይ፣ እናንተ ከእግዚአብሔር ናችሁ፣ አሸንፋችኋቸውማል በዓለም ካለው ይልቅ በእናንተ ያለው ታላቅ ነውና፡፡›› (1 ዮሐንስ 4፡3-4)

እነሆም ይህ ጥቅስ የሚያረጋግጥልን፤ በክርስትያኖች ላይ በሚያድረው መንፈስ ቅዱስና ኢ-አማንያንን በሚቆጣጠረው በሰይጣን መካከል፤ ያላቋረጠ ፍልሚያ በመካድ ላይ መሆኑን ነው፡፡ ይህም ሁኔታ የዘመኑ ፍጻሜ ደርሶ፤ መንፈስ ቅዱስ ወደ ሰማያዊው መንግሥቱ እስከሚመለስና የክርስቶስ ደቀመዛሙርት የሆኑትም ሁሉ እስከሚነጠቁ ድረስ፤ የሚቀጥል ይሆናል፡፡ ስለዚህ ያ የፍርድ ቀን እስከሚደርስ ማንኛውም ክርስቲያን ራሱን፤ ለመንፈስ ቅዱስ ተገዢ በማድረግ ጠላቱ ሰይጣንን በርትቶ ሊዋጋና ፍልሚያውንም በድል ሊወጣ ይገባል፡፡

የውድቀት ውጤቶች

እኛ የክርስቶስ ደቀመዛሙርት የምድር ጨው እንደመሆናችን መጠን፤ ሁለት ልንወጣቸው የሚገባ ኃላፊነቶች አሉብን፡፡ ከነዚህም የመጀመሪያው፤ በእኛ አማካኝነት ምድሪቱን የእግዚአብሔር ጸጋና ምህረት እንድትቀዳጅ ማስቻል ሲሆን፤ ሁለተኛው ኃላፊነት ደግሞ በላያችን በሚያድረው መንፈስ ቅዱስ አማካይነት፤ ውንብድናንና የርኩሰትን ኃይላት መዋጋት ነው፡፡

ይህን ለማሟላት ደግሞ፤ ተቀዳሚዋ ባለ አደራ ቤተክርስቲያን እንደመሆኗ፤ ሰይጣንም በግንባር ቀደምትነት ለማፈራረስና ከምድረ ገጹ ጠራርጎ ለማጥፋት የሚሻው፤ እርሷኑ ነው፡፡ ይህንንም ለማሳካት እስከቻለ፤ የዓለምን ሃይማኖታዊም ሆነ ፖለቲካዊ ሂደቶች ከመቆጣጠር የሚገታው አይኖርም፡፡
ታዲያ እኛ ክርስቲያኖች ሰይጣንን፤ ተበራተን መቋቋም አቅቶን፤ ማንኛውንም ሥልጣን እንዲጨብጥ የምንፈቅድለት ከሆነ፤ የእኛስ ዕድልና ዕጣ ምን ይሆናል? የሚጠብቀን ዕድል በአጭሩ ‹‹ጨውነታችንን›› ማጣት ይሆናል፡፡ ይህም ከመሆኑ የተነሣ የሚጠብቀን ፍርድ፤

ጌታችን ኢየሱስ ራሱ እንዳለው ‹‹… ወደ ውጭ ተጥሎ በሰው መረገጥ›› (ማቴዎስ 5፡13) ይሆናል፡፡

በአጭሩ ‹‹ዋጋ ቢስ›› እንሆናለን ማለት ነው፡፡ ከዚህም የተነሣ፤ በእግዚአብሔር ዘንድ፤ የተናቅንና የተጠላን እንሆናለን፡፡ ሌላው ቀርቶ በሰዎችም ዘንድ እንደ ቆሻሻና ትቢያ በመቆጠር፤ ለእግራቸው መረጋገጫ እንሆናለን፡፡ ይህም ምሳሌ የሚያንጸባርቀው፤ ክርስቲያናዊ ግደታዎቻቸውን በአግባቡ ሊወጡ ያልቻሉትን ስመ ክርስቲያኖች ነው፡፡

በሮሜ 12፡21 ላይ ‹‹ክፉውን በመልካም አሸንፍ እንጂ በክፉ አትሸነፍ›› ሲል፤ ያሰፈረልንን መንፈሳዊ መመሪያ በቆራጥነት መተግበር አለብን፡፡ ማለትም አንድም በኃጢአት ላይ ድልን መቀዳጀት አለብን፡፡ አለበለዚያም ሽንፈትንና ውርደትን መጎንጨት ይኖርብናል፡፡ ከነዚህም ከሁለቱ ዕድሎች ውጪ፤ ሌላ ሦስተኛ አማራጭ ዕድል አይኖረንም፡፡ ማሸነፍ ወይም መሸነፍ ብቻ ነው የሚጠብቀን፡፡

ይህ መልዕክት በተለይ የሚያተኩረው ደግሞ፤ በክርስትና እምነት ላይ የተለየ ጥላቻና ጭቆና በሚያካሂዱ አገሮች ውስጥ በሚገኙት አማንያን ላይ ነው፡፡ ስለምን እነኝህን መሰሎች ወንድሞች በቀላሉ ለግዞትና ለስደት፣ ለእስራትና ለግርፋት … ወዘተ የተጋለጡ በመሆናቸው ነው፡፡ ይሁን እንጂ ይህን መሰሉን የምድራዊ መንግሥታት ጸረ ክርስትና አቋም፤ በርትተን እስከተዋጋን፤ የማታ ማታ ድል መምታታችን የማይቀር ለመሆኑ፤ ታሪክ ደጋግሞ የመሰከረው ነው፡፡ ይህን ሳናደርግ ከቀረን ግን፤ ‹‹ጣዕሙን እንደአጣ ጨው፤ ወደ ውጭ መጣልና መረጋገጣችን›› የማይቀርልን ይሆናል!

2

የክህናት መንግሥት

እግዚአብሔር በእርሱ ለምንተማመነውና ለምንመካው፤ ለእኛ ለሕዝቦቹ የግለሰቦችን ብቻ ሳይሆን፤ የአገሮችንና የመንግሥታትንም ወደፊት ዕድል የማቃናት ሥልጣን ሰጥቶናል፡፡ ይሁን እንጂ ይህንን ሥልጣናችንን በአግባቡ በመጠቀም፤ እግዚአብሔርን ለማስከበርና የራሳችንንም ክርስቲያናዊ ህይወት ለማስመስከሪያ፤ ልንጠቀምበት ይገባል፡፡ መጽሐፍ ቅዱስም አበክሮ የሚያስገነዝበን ይህን መሰሉን መለኮታዊ ጸጋ፤ በአግባቡና በጥንቃቄ እንድንጠቀምበት ነው፡፡ ይህንን መመሪያ ተግባራዊ ያደረጉ አያሌ አማንያን፤ ከፍተኛ አርአያነት ያላቸውን ሥራዎች ትተውልን እንዳለፉ፤ ታሪክ የሚመሰክርልን ከመሆኑም በላይ፤ በእኛም ዘመን ተፈጻሚነት ያገኘ ለመሆኑ፤ የምስክርነት ቃላችንን የምንሰጥለት ነው፡፡ ይሁን እንጂ በዚህ ምዕራፍ ሥር የሰፈረውን ትምህርት ይበልጥ ለማብራራት ስንል፤ በቅድሚያ በመጽሐፍ ቅዱስ ላይ ወደ ተመሰረተ ታሪካዊ ትንታኔ እናመራለን፡፡

የእግዚአብሔር ቃል በሰው አፍ ውስጥ

ይህን ርዕስ በቀላሉ ሊያብራራልን የሚችለው፤ የነቢዩ ኤርሚያስ ታሪክ ነው፡፡ በትንቢተ ኤርሚያስ 1፡4-5 ላይ ሰፍረው በምናገኛቸውም ሃረጎች ውስጥ፤ ‹‹የእግዚአብሔርም ቃል ወደ እኔ እንዲህ ሲል መጣ፡- በሆድ ሳልሠራህ አውቄሃለሁ፤ ከማኅፀንም ሳትወጣ ቀድሼሃለሁ፤ ለአሕዛብም ነቢይ አድርጌሃለሁ፡፡›› የሚሉ ቃላትን እንገኛለን፡፡ ኤርሚያስ ግን ፤ለዚህ መሰሉ ኃላፊነት ብዙ አለመሆኑን በመግለጽ፤ ‹‹ወዮ ጌታ እግዚአብሔር፤ እነሆ ብላቴና ነኝና እናገር ዘንድ አላውቅም›› ቁ.6 ሲል መልስ መስጠቱን እናጤናለን፡፡ ይሁን እንጂ እግዚአብሔር አሁንም በቀድሞው አቋሙ በመጽናት፤ ‹‹እነሆ፤ ትነቅልና ታፈርስ ዘንድ፤ ታጠፋና ትገለብጥ ዘንድ ትሠራና ትተክል ዘንድ፤ በአሕዛብና በመንግሥታት ላይ ዛሬ አድርጌሃለሁ›› በማለት ነበር ያበረታታው፡፡

ታዲያ ይህን ዓይነቱን የከበረ ስልጣን መቀበል፤ ለአንድ በዕድሜው ለጋ ለሆነ ወጣት፤ የቱን ያህል አስደናቂ ይሆን? በዚያ ላይ ደግሞ የሥልጣኑ ምንጭ፤ ፈራሽና በስባሽ የሆነ ምድራዊ ገዢ ሳይሆን፤ ዘላለማዊ አምላክ መሆኑስ የቱን ያህል ያገዝፈዋል? ያም ሆኖ ግን፤ የኤርሚያስን የግል ታሪክ በመከታተል፤ በሰብዓዊ ሚዛን ስንመዝነው፤ ከማንኛውም ተራ እሥራኤላዊ ታሪክ ያልተለየ ሆኖ ነው የምናገኘው፡፡ ከዚያም በላይ ኤርሚያስ ያስተላለፋቸው መልዕክቶችና ማስጠንቀቂያዎች ሁሉ፤ ተቃውሞን እንጂ ድጋፍን አላስከተሉትም ነበር፡፡ ከዚህም የተነሣ ደጋግሞ ለወህኒ ከመዳረጉም በላይ፤ ሕይወቱንም እስከማጥፋት ድረስ ሙከራ ደርሶበት ነበር፡፡

የሚገርመው ግን የኤርሚያስ ትንቢቶች፤ አንድ በአንድ ተፈጻሚነት ለማግኘታቸው፤ ከዘመናት በኋላ ሊረጋገጥ መቻሉ ነው፡፡ ይኸውም በተለይ በእሥራኤልና በመካከለኛው ምስራቅ አገሮች ላይ ተፈጻሚነት ከማግኘቱም በላይ፤ በሌሎቹም የዓለም ክፍሎች ላይ፤ ተመስክሯል፡፡ በአሁኑም ጊዜ ቢሆን አንዳንድ ትንቢቶቹ፤ በመፈጸም ላይ ይገኛሉ፡፡

እንግዲህ እዚህ ላይ ሊነሳ የሚገባው ጥያቄ፤ ለመሆኑ ይህ ከሃይ አምስት ክፍለ ዘመናት በፊት የተነሣው ነቢይ፤ ትንቢቶች እንደምን እስከ አሁን ድረስ ተፈፃሚ እየሆኑ ይገኛሉ? የሚለው መሆን አለበት፡፡ ለዚህ ደግሞ መልሱ ቀላል ነው፡፡ ስለምን ኤርሚያስ ራሱ፤ ‹‹እግዚአብሔር እጁን ዘርግቶ አፌን ዳሰሰ እግዚአብሔርም፡- እነሆ ቃሌን በአፍህ ውስጥ አኑሬአለሁ›› ኤርሚያስ 1፡9 ሲል በገለፀው መሠረት፤ በኤርሚያስ አንደበት የተነገሩት ቃላት ሁሉ፤ ሁሉን አዋቂ ከሆነው አንድ አምላክ የመነጩ በመሆናቸው ነው፡፡

በምድር ላይ ስለተፈፀመውም ሆነ፤ ወደ ፊት ስለሚፈጸመው ስለ እያንዳንዱ ነገር፤ እግዚአብሔር ያውቃል፡፡ ከእርሱም ፈቃድና ትዕዛዝ ውጪ፤ የሚፈጸም ነገር ላለመኖሩ ለማሳወቅም፤ አልፎ አልፎ በአንዳንድ በተመረጡ ሰዎች አንደበት፤ ትንቢቶች እንዲነገሩ ያደርጋል፡፡

እንግዲህ ኤርሚያስም፤ ከዚህን መሰሎቹ የእግዚአብሔር ምርጦች፤ አንዱ ነበር፡፡ እርግጥ ምድራዊ ስብዕናን ተላብሶ፤ እንደመፈጠሩ በአንድ በኩል ለተወለደበት ለይሁዳ መንግሥትና ሕዝብ፤ የዜግነት ግዴታውን የማሟላት ኃላፊነት ነበረበት፡፡ ከዚህም የተነሣ፤ በመንግስት ላይ አመጽን ከሚያነሳሱና ሕዝብንም ለዕልቂት ከሚዳርጉ፤ ከማናቸውም ፖለቲካዊ ቅስቀሳዎች፣ የሥልጣን ግዝገዛዎች ተቆጥቦ ነበር፡፡ ይም ሆኖ ግን እግዚአብሔር ከፍ ላለው፤ ለነቢይነት ተልዕኮ መርጦት ነበርና፤ በሥጋዊ አለቆች ላይ መንፈሳዊ ልዕልናን ተቀዳጅቶ ነበር፡፡

ከክርስቶስ ጋር ዙፋን መጋራት

የኤርሚያስ የሕይወት ታሪክ ይበልጥ አጉልቶ የሚያሳየን፤ ክርስቲያኖች ‹‹የሁለት አገር ዜጎች›› መሆናቸውን የሚያበስረውን የአዲስ ኪዳን ትምህርት ነው፡፡ ይኸውም እንደማንኛውም ሰው፤ ከእናትና ከአባት መወለዳቸው፤ ለምድራዊ ዜግነታቸው ማስረጃ ሲሆን፤ በክርስቶስ በማመን ዳግም መወለዳቸው ደግሞ፤ ለሰማያዊው ዜግነታቸው ማረጋገጫ ነው፡፡ እነሆም በሥጋዊ ትውልድ እሥራኤላዊ የነበረው ጳውሎስ፤ ‹‹እኛ አገራችን በሰማይ ነውና …›› ፊልጵስዮስ 3፡20 ሲል ማወጁ የክርስቲያኖችን የሁለት ዜጋ ባለቤትነት እውነታ ያጠናክረዋል፡፡

እንግዲህ የክርስቲያኖች የመንግሥተ ሰማይ ዜግነት፤ ከላይ በተገለፀው መልኩ የተረጋገጠ ቢሆንም፤ ሆኖም ግን ለዚያ መንፈሳዊ መንግሥት ሕግጋት መገዛት ይኖርባቸዋል፡፡ በዚያኑም መጠን ደግሞ፤ የሰማያዊው መንግሥት ሥልጣን ተጋሪዎች ናቸው፡፡ ይህንንም በማስመልከት ነው ዳዊት፤ ‹‹እግዚአብሔር ዙፋኑን በሰማይ አዘጋጀ መንግሥቱም ሁሉን ትገዛለች›› መዝሙር 102፡19 በማለት የተናገረው፡፡ ጌታ ኢየሱስም በሉቃስ 12፡32 ላይ፤

ለደቀመዛሙርቱ ‹‹አንተ ታናሽ መንጋ መንግሥትን ሊሰጣችሁ የአባታችሁ በጎ ፈቃድ ነውና አትፍሩ›› በማለት፤ የክርስቲያኖችን ሥልጣን ተጋሪነት አረጋግጧል፡፡

ይሁን እንጂ፤ ይህን መለኮታዊ ሥልጣን ለመጋራት፤ የሚያስችለን ከጌታችን ከኢየሱስ ጋር ያለን የጠበቀ ወዳጅነት መሆኑን፣ መዘንጋት የለብንም፡፡ እነሆም ጳውሎስም በኤፌሶን 2፡4-7 ላይ፤ ‹‹ነገር ግን እግዚአብሔር በምህረቱ ባለጠጋ ስለሆነ፣ ከወደደን ከትልቅ ፍቅሩ የተነሣ፤ በበደላችን ሙታን እንኳ በሆንን ጊዜ ከክርስቶስ ጋር ሕይወት ሰጠን፣ በጸጋ ድናችኋልና፣ በሚመጡ ዘመናትም በክርስቶስ ኢየሱስ ለእኛ ባለው ቸርነት ከሁሉ የሚበልጠውን የጸጋውን ባለጠግነት ያሳይ ዘንድ፤ ከእርሱ ጋር አስነሣን በክርስቶስ ኢየሱስም በሰማያዊ ስፍራ ከእርሱ ጋር አስቀመጠን›› በማለት አብራርቶልናል፡፡

ከክርስቶስ ጋር ባለን ቅርበት መሠረት፤ እግዚአብሔር ጸጋውን የሚያላብሰን በሦስት ደረጃዎች ይሆናል፡፡ በቅድሚያ ከክርስቶስ ጋር ሕይወትን ይሰጠናል፡፡ በመቀጠልም ከእርሱ ጋር ያስነሣናል፡፡ በሦስተኛ ደረጃም ከኢየሱስ ጋር በሰማያዊ ስፍራ ያስቀምጠናል፡፡ ይህ ደግሞ አጉል ምኞት ወይም ከንቱ ተስፋ ሳይሆን፤ በእርግጥም ተፈፃሚነትን ያገኘና ወደፊት ለመፈፀሙም የጳውሎስ አገላለጽ ያረጋግጥልናል፡፡ ከዚህም በተጨማሪ ከክርስቶስ ጋር በሰማያዊ ስፍራ መቀመጣችን የሚያመለክተው፤ የዙፋኑና የሥልጣኑ ተጋሪነታችንን ነው፡፡ ያን መሰሉም የክርስቶስ ሥልጣን ፍጹማዊና ሉዓላዊ ለመሆኑ፤ አሁንም ጳውሎስ በኤፌሶን 1፡20-22 ላይ በሚከተለው ሁኔታ ገልጾለታል፡፡

‹‹ክርስቶስንም ከሙታን ሲያስነሳው ከአለቅነትና ከሥልጣንም ከኃይልም ከጌትነትም ሁሉ በዚህ ዓለም ብቻ ሳይሆን ነገር ግን ሊመጣ ባለው ዓለም ደግሞ ከሚጠራው ስም ሁሉ በላይ በሰማያዊ ሥፍራ በቀኙ ሲያስቀምጠው በክርስቶስ ባደረገው ሥራ የብርታቱ ጉልበት ይታያል፡፡››

ይህንንም የክርስቶስን ከሁሉ በላይ መሆን፤ ዮሐንስ በራዕይ 17፡14 እና 19፡16 ላይ ‹‹የጌቶች ጌታና የነገሥታት ንጉሥ›› በሚሉት ቅጽሎች ሊገልጸው ከመሞከሩም በላይ፤ እኛም የዚህ እጅግ የከበረና ለሰብዓዊው አእምሮአችን ግንዛቤም የገዘፈ ጸጋ ተጋሪዎች፤ የመሆናችንን እውነታ እንረዳው ዘንድ ጳውሎስ፤ እንደሚከተለው ጸሎት አድርሶልናል፡፡

‹‹የክብር አባት የጌታችን የኢየሱስ ክርስቶስ አምላክ እርሱን በማወቅ የጥበብና የመገለጥን መንፈስ እንዲሰጣችሁ እለምናለሁ፡፡ ይህም የልባችሁ ዓይኖች ሲበሩ የመጥራቱ ተስፋ ምን እንዲሆን በቅዱሳንም ዘንድ ያለው የርስት ክብር ባለጠግነት ምን እንዲሆን ለምናምንም ከሁሉ የሚበልጥ የኃይሉ ታላቅነት ምን እንዲሆን ታውቁ ዘንድ ነው፡፡›› (ኤፌሶን 1፡17-19)

ይህን መሰሉን መገለጥ መቀዳጀት የምንችለው ደግሞ ፤ በግል ጥረታችን ወይም አስተሳሰባችን ምጥቀት ሳይሆን፤ ‹‹ዓይናችንንና ልቦናችንን ለማብራት በሚችለው›› በመንፈስ ቅዱስ አጋዥነት ብቻ ይሆናል፡፡ ከዚያም በኋላ ይሆናል፤ የክርስቶስን በዓለማት ሁሉ ላይ ሉዓላዊነትን መቀዳጀትና የእኛንም የዚያን መሰሉ ሥልጣን ተጋሪነት መረዳት የምንችለው፡፡

በዚህ ረገድ መንፈስ ቅዱስ የቱን ያህል፣ ለክርስቲያኖች መገለጥን እንደሚያደርግ በቀጣዮቹ ቃላት በማጠናከር ገልጾታል፡፡

‹‹ነገር ግን እግዚአብሔር አስቀድሞ፣ ከዘመናት በፊት ለክብራችን የወሰነውን፣ ተሰውሮም የነበረውን የእግዚአብሔርን ጥበብ በምሥጢር እንናገራለን፡፡ . . . ነገር ግን ዓይን ያላየችው ጆሮም ያልሰማውን በሰውም ልብ ያልታሰበው እግዚአብሔር ለሚወዱት ያዘጋጀው ተብሎ እንደተጻፈ፣ እንዲህ እንናገራለን፡፡ መንፈስም የእግዚአብሔርን ጥልቅ ነገር ስንኳ ሳይቀር ሁሉን ይመረምራልና ለእኛ እግዚአብሔር በመንፈሱ በኩል ገለጠው›› 1 ቆሮንቶስ 2፡7-10 ካለ በኋላ በሚቀጥለው ሁኔታ አጠቃልሎታል፡፡

‹‹እኛ ግን ከእግዚአብሔር እንዲያው የተሰጠንን እናውቅ ዘንድ ከእግዚአብሔር የሆነውን መንፈስ እንጂ የዓለምን መንፈስ አልተቀበልንም፡፡ መንፈሳዊውን ነገር ከመንፈሳዊ ነገር ጋር አስተያይተን መንፈስ በሚያስተምረን ቃል ይህን ደግሞ እንናገራለን እንጂ የሰው ጥበብ በሚያስተምረን ቃል አይደለም፡፡ ቁ.12-13፡፡

በዚህ ጥቅስ አማካይነት ጳውሎስ ግልጽ ሊያደርግልን የፈለገው ነገር፣ ለማንኛውም ዕውቀት ምንጭ በሆኑት ‹‹በዓለማዊ መንፈስ›› እና፣ ‹‹በእግዚአብሔር መንፈስ›› መካከል ጥርት ያሉ ልዩነቶች መኖራቸውን ነው፡፡ በመሆኑም እኛ ክርስቲያኖች፣ የክርስቶስን ዙፋን የምንጋራ እንደመሆናችን፣ መብታችንና ኃላፊነታችንን ልንረዳው ይገባል፡፡

ዳሩ ግን ይህ መረዳት እስካልቻልን፣ አሁንም ቢሆን በመጽሐፍ ቅዱስ ላይ፣ ቃል የተገባልንን የመንፈስ ቅዱስ ምሪት፣ አልተቀዳጀንም ማለት ነው፡፡ ይህን ጸጋ ካልተላበስን ደግሞ፣ የሰማያዊውን መንግሥት ዜግነታችንንም ሆነ፣ በዚያም ሳቢያ የምንወርሰውን ሥልጣን፣ አናውቀውም ማለት ነው፡፡ ከዚህም የተነሣ እንደ ንጉሥ ተከብረን በመኖር ፈንታ እንደ ባሪያ በግዞት እንኖራለን፡፡

ከባርነት ወደ ንጉሥነት

እግዚአብሔር አዳምን የፈጠረበት ዋናው ዓላማ፣ መንግሥቱን ይጋራ ዘንድ በማሰብ ነበር፡፡ በዘፍጥረት 1፡26 ላይም ሰፍሮ የምናገኘው፣ ‹‹እግዚአብሔርም አለ፡- ሰውን በመልካችን እንደ ምሳሌያችን አድርገን እንፍጠር የባህር ዓሶችንና የሰማይ ወፎችን እንስሳትንና ምድርን ሁሉ በምድር ላይ የሚንሳቀሱትን ሁሉ ይግዙ›› የሚሉትን ቃላት ነው፡፡ ይሁን እንጂ፣ አዳም ለእግዚአብሔር ትእዛዛት ለመገዛት ካለመፍቀዱ የተነሣ፣ ያንን መሰሉን ከፍተኛ ክብርና ሥልጣኑን ለማጣት ተዳረገ፡፡

ዳሩ ግን እግዚአብሔር ቸርና ይቀር ባይ አምላክ ነው፣ አዳምን ጥሎ አልጣለውም፡፡ በሮሜ 5፡17 ላይ ‹‹በአንዱም በደል (ማለትም በአዳም ጥፋት) ሞት በአንድ በኩል ነገሰ ይልቁኑ የጸጋን ብዛትና የጽድቅን ስጦታ ብዛት የሚቀበሉ በአንዱ በኢየሱስ ክርስቶስ በኩል በሕይወት ይነግሣሉ›› ተብሎ እንደ ተገለጸው፣ ስለ ቀድሞው መተላለፉ ለአዳም ይቅርታ ተደርጎለታል፡፡ በመሆኑም በክርስቶስ የሚያምኑ የአዳም ዘሮች፣ ዘላለማዊ ሕይወትን

የመቀዳጀት መብት የመላበስ ዕድል፤ ለዳግመኛ ጊዜ ተሰጥቷቸዋል፡፡ ከባርነት በመላቀቅም፤ ወደ ቀድሞው ክብርና ማዕረጋቸው ተመልሰዋል፡፡

ይህንንም አባባል ይበልጥ የሚያረጋግጥልን፤ በዘፀአት 19፡5-6 ላይ ‹‹አሁንም ቃሌን በእውነት ብትሰሙ ኪዳኔንም ብትጠብቁ ምድር ሁሉ የእኔ ናትና ከአሕዛብ ሁሉ የተመረጠ ርስት ትሆኑልኛላችሁ፣ እናንተም የካህናት መንግሥት የተቀደሰም ሕዝብ ትሆኑልኛላችሁ›› በማለት እግዚአብሔር በተመረጡት ሕዝቦች በእሥራኤላውያን አማካይነት፤ ለሁላችንም ያስተላለፈው የተስፋ ቃል ነው፡፡
ከዚህ አባባል የምንረዳው፤ ለሰው ልጆች የካህናትና የንጉሥነት ሥልጣን እንደተሰጣቸው ነው፡፡ ስለ እነዚህም ሁለት ሹመቶች አንስቶ፤ ሐዋርያው ጴጥሮስ በመጀመሪያይቱ መልእክቱ 2፡9 ላይ፤ ‹‹እናንተ ግን ከጨለማ ወደ ሚደነቅ ብርሃኑ የጠራችሁን የእርሱን በጎነት እንድትነግሩ የተመረጠ ትውልድ የንጉሥ ካህናት ሕዝብ ለርስቱ የተለየ ወገን ናችሁ›› በማለት፤ በድጋሚ ጠቅሶት እናገኛለን፡፡

እንደገናም በራዕይ 1፡5-6 ላይ እና እንዲሁም 5፡9-10 ቀጣዮቹ ሁለት ጥቅሶች ሰፍረዋል፡፡

‹‹. . . ለወደደን ከኃጢአታችንም በደሙ ላጠበን መንግሥትም ለአምላኩና ለአባቱም ካህናት እንድንሆን ላደረገ ለእርሱ ከዘላለም እስከ ዘላለም ድረስ ክብርና ኃይል ይሁን አሜን፡፡››

‹‹. . . ታርደሃልና በደምህም ለእግዚአብሔር ከነገድ ሁሉ ከቋንቋም ሁሉ ከወገንም ሁሉ ከሕዝብም ሁሉ ሰዎችን ዋጅተህ ለአምላካችን መንግሥትና ካህናት ይሆኑ ዘንድ አደረግሃቸው››

እንግዲህ ከዚህን መሰሎቹ ጥቅሶች፤ እኛ ክርስቲያኖች ልንረዳ የሚገባው፤ እግዚአብሔር ሕዝቡን በምህረቱ በመጎብኘት ላይ መሆኑን ነው፡፡ በክርስቶስም በማመናችን የእግዚአብሔር መንግሥት ካህናት እንጂ፤ ባሪያዎች አይደለንም፡፡ ይህም በተስፋ የምንጠበቀው ነገር ሳይሆን፤ ከእኛም ቀደም ባሉት ዘመናት ሆነ፤ በአሁኑም ጊዜ በመፈጸም ላይ ያለ ሐቅ ነው፡፡ ለወደፊቱም በዚሁ ሁኔታ ይቀጥላል፡፡

በጸሎታችን እንገዛለን

ክርስቶስ በሰማያዊው መንግሥቱ ዙፋን ላይ፤ በአባቱ ቀኝ በመቀመጥ፤ እንደ ንጉሥና እንደ ሊቀ ካህን ሆኖ፤ አማንያንን እንደሚረዳ፤ ዳዊት በመዝሙረ 109፡1-4 ላይ ገልጾልናል፡፡ የዚህን ጥቅስ መልዕክት፤ ከተቀሩት የመጽሐፍ ቅዱስ አስተምህሮዎች ጋር በማዛመድ ስንገመግመው ደግሞ፤ እጅግ ከፍ ያለ የምሥራች የሚያበሥርልን ሆኖ እናገኘዋለን፡፡

ለምሳሌ በቁጥር 1 ላይ ‹‹እግዚአብሔር ጌታዬን፡- ጠላቶችህን ለእግርህ መቀመጫ እስካደርግልህ ድረስ በቀኜ ተቀመጥ አለው›› በማለት ሰፈረውን ጥቅስ፤ በአዲስ ኪዳን ውስጥ ተደጋግሞ የተነገረለት ከመሆኑም በላይ፤ ስለ ጌታ ኢየሱስ መሲህነት በማስረጃነት

የቀረበ ነው፡፡ በመሆኑም ጌታ ኢየሱስ ራሱ ጭምር፤ ጥቅሱን በማቴዎስ 22፡44 በላይ፤ በማርቆስ 12፡36 ና በሉቃስ 20፡42-43 ማንነቱን ለማረጋገጫ ተጠቅሞበታል፡፡

በተለይም በቁጥር 4 ላይ፤ ‹‹እንደ መልከ ጼዴቅ ሥርዓት አንተ ለዘላለም ካህን ነህ ብሎ እግዚአብሔር ማለ አይፀፀትም›› ተብሎ የሰፈረው፤ የክርስቶስን ‹የሰላም ንጉሥነት› እና ‹ለዘላለም ካህን ሆኖ› መኖሩን፤ እንደሚያመለክት በዕብራውያን 7፡1-2 ላይ ተብራርቶ እናገኘዋለን፡፡

ለጌታችን ኢየሱስ ንጉሥነት ዋነኛው ምልክት ‹‹እግዚአብሔር የኃይልን በትር ከጽዮን ይልክልሃል በጠላቶቻችንም ግዛ›› የሚለው ሲሆን፤ ይህም ወደ ወቅቱ የዓለማችን ሁኔታ የሚያነጣጥር ነው፡፡ ስለምን በአሁኑ ጊዜ እንደምንመለከተው፤ ክርስትናን የሚቃወሙ ወገኖች ቁጥር፤ በእጅጉ እየተበራከተ በመሄዱ ነው፡፡ ይሁን እንጂ እነዚህን መሰሎቹ፤ የክርስቶስ ጠላቶች አንድ ቀን ‹‹የእግሩ መረገጫ›› መሆናቸው አይቀርም፡፡ በበትረ መንግሥቱም ኃይል፤ (ቁ.2) ቀጥቅጦ ይገዛቸዋል፡፡

እኛም ክርስቲያኖች በክርስቶስ አማካይነት፤ ምቀዳጀው የንግሥናንና የካህንነትን ሥልጣን ይሆናል፡፡ ማለትም እንደ ንጉሥነታችን፤ የገዢነታችን ሥልጣን የሚሰጠን ሲሆን፤ እንደ ካህንነታችን ደግሞ የክርስቶስ ፈለግ በመከተል፤ በጸሎታችን አማካይነት ለኃጥአን በእግዚአብሔር መንበር ፊት እናማልዳለን፡፡

በዚህን መሰሉም ተሳትፎአችን አማካይነት፤ በኃጢአት ላይ ድልን በመቀዳጀት፤ የጌታችንን የዳግም ምጽአት ጊዜ ለማፋጠን የየበኩላችንን አስተዋጽኦ እናበረክታለን፡፡ በእርግጥ በአሁኑም ጊዜ ቢሆን፤ የዓለማት ገገር አንዱ ጌታ ኢየሱስ ነው፡፡ እኛም የዚያ ሥልጣን ተጋሪዎች ነን፡፡ ይህንንም የገዢነት ሥልጣን የተቀዳጀው፤ በጸሎታችን አማካይነት መሆኑን መዘንጋት የለብንም፡፡

3

ለመንግሥታችን መጸለይ የሚገባን ስለመሆኑ

ክርስቶስ ‹‹የነገሥታት ንጉሥና የጌቶችም ጌታ›› ነው፡፡ በመሆኑም ማናቸውም ምድራዊ መንግሥታት
ሁሉ፤ የሚገኙት በእርሱ አገዛዝ ሥር ነው፤ ማለት ነው፡፡ ለዚህም ተግባር የሥልጣን ውክልናው የተሰጣት፤ ለቤተክርስቲያን ነው፡፡

ጥሩ መንግሥት የሚመሠረተው በእግዚአብሔር ፈቃድ ነው፡፡

ጳውሎስ ለጢሞቴዎስ በላከው የመጀመሪያው መልዕክቱ ላይ፤ አበክሮ ለማስገንዘብ የሞከረው፤ ‹የእግዚአብሔር ማደሪያ› በማለት ለሚጠራት ቤተክርስቲያን፤ የቱን ያህል የተረጋጋና የጠራ አመራር እንደሚያሻት ነው (1ጢሞ. 3፡14-15)፡፡ ቤተክርስቲያንም በበኩሏ የተጣለባትን ኃላፊነት፤ በአግባቡ ትወጣ ዘንድ፤ በሚከተለው መልኩ በርትታ ጸሎት እንድታደርስ ጳውሎስ ያሳስባል፡፡

‹‹እንግዲህ እግዚአብሔርን በመምሰልና በጭምትነት ሁሉ ጸጥና ዝግ ብለን እንድንኖር፣ ልመናና ጸሎት ምልጃም ምስጋናም ስለ ሰዎች ሁሉ ስለ ነገሥታትና ስለ መኳንንትም ሁሉ እንዲደረጉ ከሁሉ በፊት እመክራለሁ፡፡ ሰዎች ሁሉ ሊድኑና እውነቱን ወደ ማወቅ ሊደርሱ በሚወድ በእግዚአብሔር በመድኃኒታችን ፊት መልካምና ደስ የሚያሰኝ ይህ ነው፡፡›› (1 ጢሞ. 2፡1-4)

ጳውሎስ ቤተክርስቲያንን በቅድሚያ ያስገነዘበው፤ ‹‹ልመና፣ ጸሎት፣ ምልጃና ምስጋናም›› እንድታቀርብ ሲሆን፤ ይህንን ሁሉ ልታሟላ የምትችለው ደግሞ፤ በምዕመናኖቿ በኅብረጽ ጸሎት መሆኑን ጠቁሟል፡፡ ‹‹ቤቴ ለአሕዛብ ሁሉ የሚሆን የጸሎት ቤት ይባላልና›› ኢሳይያስ 56፡7 ሲል ጌታ አምላክ ራሱ እንዳዘዘው፤ ሁሉም ክርስቲያኖች በአንድ መንፈስ በመሆን፤ ጸሎታቸውን ሊያርሱ ይገባል፡፡ ከዚህ ውጪ የሚካሄደው የጸሎት መርሐ ግብር ግን የአስመሳይ ክርስቲያኖች ተግባር ብቻ ነው፡፡ እነኝህን መሰሎቹም ራስ ወዳዶች፤ ስለ ግል ደህንነታቸው እንጂ፤ ለተቀረው የኅብረተሰብ ክፍል ቁብም አይኖራቸውም፡፡ ምናልባትም የጸሎታቸው ይዘት፤ ‹‹እግዚአብሔር ሆይ፡- እኔንና ሚስቴን ልጆቼንም ትባርከን ዘንድ፤ እለምንሃለሁ አሜን›› ከሚለው የራስ ወዳድነትና ስግብግብነት ስሜት ያልዘለለ ሊሆን ይችላል፡፡

መጽሐፍ ቅዱሳችን ግን፤ በማያሻማ መልኩ ግልጽ የሚያደርግልን፤ በኅብረት በመሆን በቅድሚያ፤ <<ስለ ነገሥታትና ስለ መኳንንትም ሁሉ>> እንድንጸልይ ነው፡፡ እርግጥ በአብዛኛው የዓለም ክፍል፤ በአሁኑ ጊዜ በነገሥታትና በመኳንንት የሚመሩ አገሮች የሉም፡፡ ዞሮ ዞሮ ግን፤ የተለያየ ስያሜ በሚሰጣቸው መሪዎችና ባለስልጣኖች አስተዳደር ሥር፤ እንደመሆናቸው ለእነዚህ የመንግሥት ሹማምንቶች መጸለዩ ተገቢ ነው፡፡

ግን ይህን ትእዛዝ የምንፈጽመው ስንቶቻችን እንሆን? እንኳንስ ለእነዚህ ሰዎች ቅድሚያ በመስጠት ልንጸልይላቸው ቀርቶ፤ስለመኖራቸውም ለማስታወስ የማንፈልገው ብዙዎች ነን፡፡ይህን አለማድረጋችን ደግሞ፤ ምናልባትም የሚኖረውን ጠቀሜታ ካለመረዳት የተነሣ ሊሆን ይችላል፡፡ ዳሩ ግን ሐዋርያው ጳውሎስ ቀደም ሲል ባሰፈርነው ጥቅስ ውስጥ እንደገለጸው፤ ለአገር መሪዎች መጸለይ፤ በእያንዳንዳችን ሕይወት ላይ፤ ለመንጸባረቁ አሌ የማንለው ሐቅ ነው፡፡ ይህም በበኩሌ በዚህ ጉዳይ ላይ በጥልቅ ከመመራመሬም በላይ፤ በግል ሕይወቴ ላይ በደረሰው ልምምድም አማካይነት፤ ላረጋግጠው ችያለሁ፡፡
ስለዚህ ለውድ አንባቢያን ላስተላልፈው የምፈልገው ምክር፤ ማናችንም ምዕመናን ለየመንግሥታት መሪዎቻችን፤ ጤናማ ሕይወትና ቀና አመለካከት ልንጸልይ እንደሚገባ ነው፡፡

የጥሩ መንግሥታትን መኖር፤ እግዚአብሔር የሚፈልግበት ምክንያት

በአንድ አገር ውስጥ መልካምና የተረጋጋ መንግሥት እስካለ፤ <<ሰዎች ሁሉ ሊድኑና እውነቱን ወደ ማወቅ ሊደርሱ>> እንደሚችሉ፤ ጳውሎስ ግልፅ አድርጎልናል፡፡ እውነትን ማወቅ ማለት ደግሞ፤ ራሱን ለዓለም ቤዛ አድርጎ ስላቀረበው ስለ ኢየሱስ ክርስቶስ ማወቅ ማለት ነው፡፡ ይህንንም እውነተኛ ድል የምንቀዳጀው ከመጽሐፍ ቅዱስ እንደመሆኑ፤ በቅድሚያ ያንን መጽሐፍ ለማግኘት፤ ከዚያም ለማንበብና ለመረዳት በቂ ዕድል እንዲኖረን ያሻል፡፡ ይህንንም ለማሟላት የመንግሥታት ፈቃደኛነት፤ ብርታትና ጽናት ወሳኝ ሚና ይጫወታል፡፡ ዳሩ ግን በአንድ አገር ሃይማኖታዊ ውግዘቶችና ጭቆናዎች አስገንዘቡ፤ መጽሀፍ ቅዱስ እንደ ልብ ለማሰራጨትም ሆነ፤ ስለ ክርስቶስ አዳኝነት ለመስበክ እጅግ አዳጋች ይሆናል፡፡ በዚያን መሰሉ አገር በሚገኙት አማንያንም ላይ፤ የሚካሄደው ተጽዕኖ የማያወላዳ በመሆኑ፤ ስለ ክርስቶስ ተዟዙሮ የመመስከሩ ዕድል የጠበበ ነው፡፡

ጳውሎስም በሮሜ 10፡13-14 ላይ ለመግለጽ የሞከረው፤ ይህንን መሰሉን አሳዛኝ ሁኔታ ነው፡፡ <<የጌታን ስምም የሚጠራ ሁሉ ያድናልና፡፡>> እንግዲህ ያላመኑበትን እንዴት አድርገው ይጠሩታል? ባልሰሙትስ እንዴት ያምናሉ? ያለ ሰባኪስ እንዴት ይሰማሉ?

ወንጌል እስካልተሰበከላቸው ድረስ፤ አህዛብ ስለ ደኅንነት ምስጢር የሚያውቁት ነገር አይኖርም፡፡ ክርስቶስም ስለከፈለላቸው ቤዛ ሳይረዱ ይቀራሉ፡፡
ዳሩ ግን ይህን ዕድል ይቀዳጁ ዘንድ፤ የመንግሥታት ጣልቃ ገብነት ወሳኝ ነው፡፡ በሥልጣን ላይ ያለው መንግሥት የክርስትና ደጋፊ እስከሆነ ራሱንም ለህግና ሥርዓት

እስካስገዛ፤ ሕዝቡ መጽሐፍ ቅዱስን የመከታተል ዕድሉ የሰፋ ይሆናል፡፡ በዚያኑ መጠን ደግሞ፤ ጸረ ክርስትና አቋም ያለው መንግሥት በሥልጣን ላይ እስካልተቀመጠ፤ በቤተክርስቲያን እንቅስቃሴ ላይ ገደብ በመጣል፤ ወንጌልን እንዳይሰራጭና እንዳይስበክ ያደርጋል፡፡

እነሆም ይህን መሰሉን ባላጋራ ለመቋቋም ይቻለን ዘንድ ነው፤ ጳውሎስ በ1ኛ ጢሞቴዎስ 2፡1-4 ያሰፈረልንን ምክር፤ በሚከተለው ቅደም ተከተል መሠረት፤ ተግባራዊ ልናደርገው የሚገባው፡-

1. አማንያን በአንድነት በምንሰበሰብበት ወቅት ጊዜ ሁሉ፤ የኅብረት ጸሎት ማድረስ አለብን፡፡
2. ጸሎት ልናደርስባቸው ከሚገባቸው ጉዳዮች ውስጥ አንዱና ተቀዳሚው፤ ስለ መንግሥታችን መረጋጋትና ጤናማ አመራር መሆን ይኖርበታል፡፡
3. በዚያኑም መጠን ወንጌል፤ በመላው ሕዝብ መካከል ዘንድ መጸለይ አለብን፡፡

የምንጸልየው የእግዚአብሔርን ፈቃድ ለማሟላት ይሁን

ጸሎታችን ፍሬያማ ይሆን ዘንድ፤ የተመኘነውንም ለመቀዳጀት ያስችለን ዘንድ፤ በቅድሚያ የእግዚአብሔርን ፈቃድ ማወቅ ይኖርብናል፡፡ ይኸውም የምንጸልይበት ጉዳይ ሁሉ፤ እግዚአብሔር ስለሚወደውና በእርሱም ዘንድ ተቀባይነት ያለው፤ ለመሆኑ ጠንቅቀን ማወቅ አለብን፡፡ ከዚያ በተረፈ ግን፤ በጭፍንና በመወላወል የምናደርሰው ጸሎት፤ ዋጋ ቢስ ነው፡፡ ይህንንም መሰሉን ድክመት እናስወግድ ዘንድ ነው፤ ሐዋርያው ያዕቆብ እንደሚከተለው የሚመክርና የሚያስጠነቅቅ፤ ‹‹ሁለት አሳብ ላለው በመንገዱም ሁሉ ለሚወላውል ለዚያ ሰው ከጌታ ዘንድ አንዳች እንዲያገኝ አይምሰለው፡፡›› (ያዕቆብ 1፡7-8)

በሌላ ወገን ደግሞ፤ የእግዚአብሔርን ፈቃድ በመከተል የምናደርሰው ጸሎት፤ መተማመንና መንፈሳዊ መረጋጋትን እንደሚያላብሰን በማስረገጥ፤ ሐዋርያው ዮሐንስ የሚከተለውን አስፍሯልና፤ ‹‹በእርሱ ዘንድ ያለን ድፍረት ይህ ነው፤ እንደ ፈቃዱ አንዳች ብንለምን ይሰማናል፡፡ የምንለምነውንም ሁሉ እንዲሰማልን ብናውቅ ከእርሱ የለመንነው ልመና እንደተቀበልን እናውቃለን፡፡›› (ተሰሎንቄ 5፡14-14)

ዮሐንስ በዚህ መልእክቱ ያተላለፈልን ዋነኛው ትምህርት፤ የምንለምነው እንደ እግዚአብሔር ፈቃድ እስከሆነና፤ እርሱም የምንለምነውን እንደሚሰማን እስካወቅን፤ ማናቸውም ልመናችን ሊሟላልን መቻሉን ነው፡፡ ከዚህም በተጨማሪ፤ ሐዋርያው ማርቆስ በ11፡24 ላይ፤ ‹‹ስለዚህ እላችኋለሁ የጸለያችሁትን የለመናችሁትንም ሁሉ እንዳገኛችሁት እመኑ ይሆንላችሁማል›› በማለት፤ ከልባችንና በንጽህና የምንጸልይበት ጉዳይ ሁሉ፤ እንደሚያሳካልን ያረጋግጥልናል፡፡
እነሆም ከእነኚህ ከሁለቱ መጽሐፍ ቅዱሳዊ ጥቅሶች በመነሣት፤ ከቀጣዩ መደምደሚያ ላይ በአስተማማኝነት መድረስ እንችላለን፡፡

1. የምንጸልየው ጸሎት ወይም የምናቀርበው ልመና፤ የእግዚአብሔርን ፈቃድ የሚቃረን እስካልሆነ ድረስ፤ በእግዚአብሔር ዘንድ ተቀባይነትን የሚያገኝ ይሆናል፡፡

2. እግዚአብሔር ጸሎታችንን ለመስማቱ እርግጠኛች እስከሆንን ደግሞ፤ የለመንነውን እንደማይነሳን ነው፤ (ውሎ ቢያድር እንኳን ይሳካል)፡፡ ከዚህም የተነሣ ልመናችን እንደተሟላና፤ ከእጃችንም እንደገባ አድርገን የምንቆጥረው ይሆናል፡፡

እንግዲህ በጸሎታችን አማካይነት፤ ይህን የመሰለ ውጤት ለመላበስ እስከቻልን ድረስ፤ በተለይ እኛ ክርስቲያኖች እግዚአብሔር አንድም የተረጋጋና በጎ አሳቢ መንግሥት እንዲሰጠን፤ አለበለዚያ ያለውን መንግሥታት የተቃናና ለሕዝቡ ተቆርቋሪ እንዲያደርግልን፤ የማንለምንበት ምክንያት አይኖርም፡፡ ታዲያ ይህን የመሰለ ዕድል ቢኖረንም ቅሉ፤ ዳሩ ግን አብዛኞቻችን ተግባራዊ ስናደርገው አይታይም፡፡ ይህም በራሳችን ላይ ጥፋትን መጋበዝ ለመሆኑ፤ ታሪክ ደግሞ ደጋግሞ መስክሮልናል፡፡

ለምሳሌ እኔ ተወልጄ ካደግሁባት ከእንግሊዝ፤ ወደ አሜሪካ በመምጣት መኖር ከጀመርኩ ወደዚህ በኅብረተሰቡ ዘንድ የታዘብኳቸው አንዳንድ ነገሮች አሉ፡፡ ከእነዚህም ዋነኛው ሕዝቡ በዴሞክራሲ መብቱ በመጠቀም ራሱ መርጦ ለሥልጣን ያበቃቸውን ሹማምንት፤ያለ አንዳች ይሉኝታ በየመገናኛው ዘዴ መዝለፍና በየስብሰባው አዳራሽ ማዋረዱ ነው፡፡ እርግጥ እንደማንኛውም ሰብአዊ ፍጡር ሁሉ፤ እነዚህም ሰዎች ለአንዳንድ ስህተቶች ሊዳረጉ ይችሉ ይሆናል፡፡ ይሁን እንጂ የሚታረሙበትን መንገድ ማመቻቸት እንጂ፤ የስድብ ናዳ ሊወረድባቸው ባልተገባ ነበር፡፡

ከሁሉም የሚያሳዝነው ደግሞ፤ ሕዝቡ በአንድ ወቅት የመረጣቸው አምኖባቸው ሆኖ ሳለ፤ በዚያኑ ጠንካራ ጎናቸው ገፍተውበት የሠመረ አመራርን ያቀዳጁት ዘንድ፤ ወደ እግዚአብሔር ልመና ያለማቅረቡ ነው፡፡ ስለዚህ ለአሜሪካ ሕዝብ በስፋትና በጥልቀት ሊሰበክለት የሚገባው፤‹‹ያለ እግዚአብሔር ፈቃድ ጥሩ መንግሥት ሊመሠረት አይችልም›› የሚለው፤ መጽሐፍ ቅዱሳዊ መርህ መሆን አለበት፡፡ ይህን መሰሉን ፈለግ ደግሞ፤ በየትኛውም አገር የምናገኝ ክርስቲያኖች ሁሉ፤ ልንከተለው ይገባል!!!

4

መሪዎች የእግዚአብሔር ወኪሎች ናቸው

በፖለቲካው መድረክም ሆነ፣ በሌላው የሥራ ዘርፍ ሁሉ፣ ሰዎች ለሥልጣን ሲሽቀዳደሙ ይታያል፡፡ ይሁን እንጂ ለዚህ እጅግ ለሚጎመጁት ሥልጣን፣ ምንጩ ማን እንደሆነ፣ አንዳቸውም ቢሆኑ ሲጠየቁ አይስተዋልም፡፡ ለመሆኑ ሰዎችን ከፍ ላለ ወግ ማዕረግ የሚያደርሳቸው፣ ወይም በተቃራኒው ለውርደትና ውድቀት የሚዳርጋቸው ኃይል ምን ይሆን?

የክብር ምንጩ እግዚአብሔር ነው

ይህን አባባል ይበልጥ ግልጽ የሚያርጉልን በመዝሙር 74 ላይ የሠፈሩት ቀጣዮቹ ቃላት ናቸው፡፡

‹‹ዓመጸኞችን፡- አትበድሉ አልኳቸው፣
ኃጢአተኞችንም፡- ቀንዳችሁን አታንሡ
ቀንዳችሁን እስከ ላይ አታንሡ፣
በእግዚአብሔርም ላይ ዓመጽን አትናገሩ፡፡
ክብር ከምሥራቅ ወይም ለምዕራብ ወይም
ከምድረ በዳ የለምና፣
እግዚአብሔር ፈራጅ ነውና
ይህን ያዋርዳል ይህንም ያከብራል፡፡››
መዝሙር 74፡4-7

ዳዊት በዚህ መዝሙር አማካይነት፣ በቅድሚያ ሊያሳስበን የወደደው ማናችንም ብንሆን፣ ከአጉል ኩራትና ትምክህት መራቅ እንዳለብን ነው፡፡ ይህንንም ‹‹ቀንዳችሁን እስከ ላይ አታንሡ›› በሚለው፣ ሥዕላዊ ገለጻው አማካይነት አቅርቦልናል፡፡ እንደዚሁም በድፍረት ‹‹በእግዚአብሔር ላይ ዓመፅን አትናገሩ›› በማለት፣ ትሁትና ታዛዥ እንድንሆን አሳስቦናል፡፡ ‹‹ክብር ከምሥራቅ ወይም ከምዕራብ ወይም ከምድረ በዳ የለምና›› ማለቱም፣ ራሳችንን ከፍ ከፍ ለማድረግ ስንል፣ በአጉል ዘዴዎች በመጠቀም፣ ሃብትና ሹመትን ለመቀዳጀትና ለማካበት መሯሯጥ፣ እንደሌለብን ነው፡፡ ስለምን ለማንኛውም በረከትና ሀብት ምንጩ፣ አንዱ ቸሩ እግዚአብሔር በመሆኑ ነው፡፡ እንደዚሁም ለፖለቲካዊ ሥልጣን ጭምር፣ ባለቤቱ ያው እግዚአብሔር መሆኑን በማሳሰብ፣ ‹‹ይህን ያዋርዳል ይህንም ያከብራል›› ማለቱን ልናጤነው ይገባል፡፡

ለምሳሌ በአሜሪካ ታሪክ ውስጥ፣ ለፕሬዝዳንት ማዕረግ የደረሱትን፣ የ43 ሰዎች የመደብ ጀርባና ሥልጣን የተሸጋገሩበትን ሂደት ስናጤነው፣ አንድ ግልፅ የሚሆንልን ነገር ቢኖር፣ የቱን ያህል እግዚአብሔር በየግል ሕይወታቸው ውስጥ፣ መሪውን ሚና መጫወቱን ነው፡፡ ይህንን ደግሞ በቅርቡ የአሜሪካ ፕሬዝዳንት የነበሩት፣ ጆን ኤፍ ኬኔዲ በጽሁፍ ካሰፈሩት ከቀጣዩ የምስክርነት ቃል መረዳት ይቻላል፡፡

‹‹እንደ ሌላው የሙያ ዘርፍ ሁሉ፣ የአሜሪክ ፕሬዝዳንት ሆኖ ለመመረጥ፣ የፖለቲካ ሳይንስ ሥልጠና፣ የከፍተኛ ትምህርት ተቋም ምሩቅነት ወይም የሕግ ጠበብትነት አይጠይቅም፡፡ በታሪካችን እንደተረጋገጠውም፣ የመደብ ጀርባ ልዕልናን ወይም የዘር ሐረግ ጥራትን የሚጠይቅ አይደለም፡፡ ለምሳሌ አገራችንን በብቃት ከመሩት ስመጥርና ዝነኛ ፕሬዝዳንት መካከል፣ ዘጠኙ በትምህርታቸው ለኮሌጅ ደረጃ ያልደረሱ ነበር፡፡ የሚገርመው ደግሞ ከእነዚህ መካከል አንዱ፣ ፕሬዝዳንትነት ኃላፊነታቸውን በአግባቡ ከመወጣታቸውም በላይ፣ እውቅ የሥነ ጥበብ ሰው ለመሆን የበቁት፣ ቶማስ ጀፈርሰንና ሌላው ደግሞ ታላቁን የፕሪስተን ዩኒቨርስቲን ያቋቋሙት ውድሮው ዊልሰን መሆናቸው ነው፡፡ ከእነዚህም አንዳንዶቹ ከከበርቴ ቤተሰብ የተወለዱ ሲሆን፣ በዚያኑም አንጻር ደግሞ በድህነት ተቆራምደው ያደጉም ነበሩ፡፡ እናም ከዚህ ሁሉ የምንረዳው፣ አንድን ሰው ለክብርና ለማዕረግ የሚያበቃው፣ የትምህርት ደረጃው፣ የመደብ ጀርባው፣ የአእምሮ ምጥቀቱ፣ ለሥልጣን ያለው ጉጉት፣ ብሎም መላና ዘዴኛነቱ፣ ማራኪ ስብዕናውና የንግግር ፍሰቱ አይደለም (ፓራድ አሳታሚ ድርጅት ኒው ዮርክ 1962 እ.ኤ.አ)፡፡

ወደ ቀደምት የእስራኤል የታሪክ መዘክሮች በመመለስ፣ ስለ ጥንታውያን ነገሥታት የግል ሕይወት ታሪክ ስናጤን ደግሞ በተለይም የድንቃ ድንቅ ገድሎች ባለቤት ከሆነው፣ ከዳዊት ጋር እንተዋወቃለን፡፡ ዳዊት የልጅነት ዘመኑን ያሳለፈው፣ በከብት እረኝነት ነበር፡፡ በመሆኑም በጎቹን ለመጠበቅ ከሚገለገልበት ምርኩዙና ወንጭፍ በስተቀር ስለሌላ ዓይነት የጦር መሣሪያ የሚያውቀው ነገር አልነበረም፡፡ ይሁን እንጂ በእግዚአብሔር በመመረጡ ታላቅ የጦር መሪ ጀግና ከመሆንም አልፎ፣ የአገሪቱ ንጉሥ ለመሆን በቅቷል፡፡ እስራኤልንም ወቅቱ ታላቅ መንግሥት ለመሆን አስችሏታል፡፡ ታዲያ ይህ ሰው የቱንም ያህል ክብርና ዝናን ቢያተርፍም ቅሉ፣ ዳሩ ግን አንድም ጊዜ በራሱ አይኩራራም ነበር፡፡ ለዚያን መሰሉ ታላቅነቱ ምንጩ፣ እግዚአብሔር ለመሆኑ ተዘንግቶ አያውቅም፡፡ ለዚህም ማስረጃ ይሆን ዘንድ፣ እስቲ ዳዊት ወደ አምላኩ ካደረሳቸው ጸሎቶችና ውዳሴዎች አንዱን ብቻ፣ በመጥቀስ እንመልከት፡፡

‹‹ባለጠግነትና ክብር ከአንተ ዘንድ ነው አንተም ሁሉን ትገዛለህ፣ ኃይልና ብርታት በእጅህ ነው፡፡ ታላቅ ለማድረግ ለሁሉም ኃይልን ለመስጠት በእጅህ ነው፡፡›› (1 ዜና መዋዕል 29፡12)

በተመሳሳይ ሁኔታም ለማንኛውም የፖለቲካ ሥልጣን ሆነ፣ ለወግና ማዕረግ ምንጩ እግዚአብሔር መሆኑን ያጤነው፣ ሌላው የመጽሐፍ ቅዱስ ባለ ታሪክ ደግሞ፣ ታላቁ ነብይ ዳንኤል ነበር፡፡ የባቢሎን ንጉሥ ናቡከደነጾር ስለ አየው ሕልምና ስለ ፍቺው፣ ተንትኖ እንዲያስረዳው በተነገረው ጊዜ፣ ዳንኤል ያደረገው ነገር ቢኖር፣ ለቀረበለት ጥያቄ መገለጥን ያድለው ዘንድ፣ ወደ እግዚአብሔር መማጸን ብቻ ነበር፡፡ እግዚአብሔርም እንደልመናው

የሕልሙን ምሥጢር ጭምር አፍታቶ ከመገለጹም በላይ፤ ለከፍተኛ ወግ ማዕረግ አድርሶለታል፡፡ ይሁን እንጂ ዳንኤል ለዚህ ታላቅ ውለታ፤ ወሮታውን የከፈለው ቀጣዩን የምስጋና ጸሎት ወደ አምላኩ በማቅረብ ብቻ ነበር፡፡

‹‹ጥበብና ኃይል ለእርሱ ነውና የእግዚአብሔር ስም ከዘላለም እስከ ዘላለም ይባረክ፤ ጊዜያትንና ዘመናትን ይለውጣል፤ ነገሥታትን ያፈልሳል፤ ነገሥታትንም ያስነሳል፤ ጥበብን ለጠቢባን ዕውቀትንም ለአስተዋዮች ይሰጣል፡፡ የጠለቀውንና የተሰወረውን ይገልጣል፤ በጨለማ ያለውን ያውቃል፣ ብርሃንም ከእርሱ ጋር ነው፡፡ ጥበብንና ኃይልን የሰጠኸኝ እኛ፣ የለመንህን ነገር አሁን ያስታወቅኸኝ አንተ የአባቼ አምላክ ሆይ የንጉሥን ነገር አስታውቀህኛልና እገዛልሃለሁ አመሰግንሃለሁ፡፡›› (ዳንኤል 2፡20-23)

በዚህ መጽሐፍ ምዕራፍ 4 ላይ እንደምናየው ደግሞ፤ አሁንም ንጉስ ናቡከደነጾር ያየውን ሌላ ሕልም እንዲፈታለት ለዳንኤል ጥያቄ አቅርቦለት ነበር፡፡ ሆኖም ዳንኤል በናቡከደነጾር ላይ የተቃጣው የእግዚአብሔር የተግሣጽ በትር፤ ማረፊያው ጊዜ መቃረቡን በማወቅ እንዲህ ሲል ነበር ያጽናናው፡፡

‹‹ልዑሉ በሰዎች መንግሥት ላይ እንዲሰለጥን፣ ለወደደውም እንዲሰጠው፣ ከሰውም የተዋረደውን እንዲሾምበት ሕያዋን ያውቁ ዘንድ ይህ ነገር የጠባቂዎች ትእዛዝ፣ ይህም የቅዱሳን ቃል ነው፡፡›› (ዳንኤል 4፡17)

እንግዲህ ከዚህን መሰሎቹ መጽሐፍ ቅዱሳዊ ታሪኮች የምንረዳው፤ ሰዎችን ለወግ ማዕረግ የሚያደርሰው፤ በያዙትም ሥልጣን ላይ እንዲቆዩ የሚያደርገው፤ አንዱ እግዚአብሔር ብቻ እንደሆነና ከእኛ በአጸፋው የሚጠበቀው ጸሎትና ምስጋና ብቻ መሆኑን ነው፡፡ ይሁን እንጂ፤ ለአማጽያን ሕዝቦች መቀጣጫ እንዲሆኑ፤ እግዚአብሔር አልፎ አልፎ ‹‹ጨካኝና ወራዳ›› መሪዎችንም፤ ለሥልጣን እንደሚያበቃቸው መዘንጋት የለብንም፡፡

እግዚአብሔር መሪዎችን እንዴት እንደሚጠቀምባቸው

ለመሆኑ እግዚአብሔር ‹‹ጨካኞችን ወይም ወራዳ ሰዎችን››፤ ለሥልጣን የሚያበቃቸው ለምን ይሆን? የዚህን ጥያቄ መልስ በመጠኑም ቢሆን ለመረዳት፤ ቀደም ሲል የጠቃቀስነውን የባቢሎን ንጉሥ የናቡከደነጾርን ታሪክ ጠለቅ ብሎ መመልከቱ በቂ ይሆናል፡፡ የእግዚአብሔርን ምርጥ ሕዝቦች የሆኑት እሥራኤላውያን ከአባቶቻቸው ሃይማኖት በማፈግፈግ ለሕግጋቱ አንገዛም በማለታቸው፤ በባቢሎኑ ንጉሥ ናቡከደነጾር ለመሸነፍና ለመወረር በቅተው ነበር፡፡ ከዚህም የተነሣ መናገሻ ከተማቸው፤ ኢየሩሳሌም ከመውደሟም ሕዝቡም ለባርነት ግዞት ተዳርጎ ነበር፡፡ በአጭሩ እግዚአብሔር አረመኔውንና ጨካኙን ናቡከደነጾርን፤ በእሥራኤል ላይ እንዲነሳበት ማድረጉ በአመፃ እንድትቀጣ ያህል ነበር፡፡

ይሁን እንጂ እግዚአብሔር ናቡከደነጾርን፤ የቅጣት ብቻ ሳይሆን የምህረትንም መሣሪያ አድርጎት ነበር፡፡ ከዚህም የተነሣ ነበር፤ በእግዚአብሔር የጸና እምነት የነበራቸውን ዳንኤልንና ሦስቱን ጓደኞቹን፤ ከባርነት በማላቀቅ የባቢሎን ከፍተኛ ሹማምንት በማድረግ

የሰየማቸው፤ ሆኖም ከናቡከደነጾር በኋላ በትረ መንግሥቱን በጨበጠው፤ በፋርሱ ቂሮስ ዘመን እግዚአብሔርን ይከዱ ዘንድ፤ በዳንኤልና በጓደኞቹ ላይ ተጽዕኖ ተካሂዶባቸው ነበር፡፡ እንግዲህ እምነቱ ፅኑ የነበረው ዳንኤል፤ ለዚህ ላንገበበት የሞት ፍርድ፤ ባለመንበርከክ ነበር ሌት ተቀን ወደ ፈጣሪው ልመናና ጸሎት ማድረሱን የተያያዘው፡፡ ይህም በዳንኤል በምዕራፍ 6፡10 ላይ እንደሚከተለው ተዘግቧል፡፡

‹‹ዳንኤልም ጽህፈቱ እንደተጻፈ ባወቀ ጊዜ፤ (አዋጁ እንደታወጀ) ወደ ቤቱ ገባ፤ የእልፍኙም መስኮቶች ወደ ኢየሩሳሌም አንጻር ተከፍተው ነበር፤ ቀድሞም ያደርግ እንደነበረ፤ በየዕለቱ ሦስት ጊዜ በጉልበቱ ተንበርክኮ፤ በአምላኩ ፊት ጸለየ አመሰገነም፡፡››

ዳንኤልም የተቃጣበት ሞት ሳይፈራ፤ በዚህ መልኩ በጸሎት በመጠመዱም፤ በባቢሎን ምርኮኞነት ቀንበር ሥር በማቀቅ ላይ ለነበሩት፤ ለመላው ወገኖቹ መለኮታዊ ፍርድን አስገኝቶላቸዋል፡፡ በዚህም በዳንኤል ምልጃ ሳቢያ፤ እሥራኤላያን የተጎናጸፉት ድል፤ በ2ኛ ዜና መዋዕል ላይ ሠፍሮ እናገኘዋለን፡፡

‹‹በኤርሚያስም አፍ የተናረው የእግዚአብሔር ቃል ይፈጸም ዘንድ፤ በፋርስ ንጉሥ በቂሮስ በመጀመሪያው ዓመት፤ እግዚአብሔር የፋርሥ ንጉሥ የቂሮስን መንፈስ አስነሣ፤ እርሱም የፋርስ ንጉሥ ቂሮስ እንዲህ ይላል፡፡ የሰማይ አምላክ እግዚአብሔር የምድርን መንግሥታት ሁሉ ሰጥቶኛል፤ በይሁዳም ባለችው በኢየሩሳሌም ቤት እሠራለት ዘንድ አዝዞኛል፡፡ ከሕዝቡ ሁሉ በእናንተ ዘንድ ማንም ቢሆን አምላኩ እግዚአብሔር ከእርሱ ጋር ይሁን እርሱም ይውጣ ብሎ በመንግሥቱ ሁሉ አዋጅ አስነገረ፤ ደግሞም በጽሕፈት አደረገው፡፡›› 2 ዜና መዋዕል 36፡22-23

እነሆም እግዚአብሔር ምርጥ የሆነውን ሕዝቡን፤ እሥራኤልን ከባቢሎን ባርነት በመታደግ፤ መልሶ እንደሚያቋቁመው በነቢዩ ኢሳይያስ 44፡26-28 ላይና እንደዚሁም በኤርሚያስ 25፡12 ላይ የገባውን ቃል፤ የፈጸመው በዚህ ዓይነት መልኩ ነበር፡፡ እንግዲህ ይህን ከመሰለው በታሪክ ከተረጋገጠ እውነታ የምንረዳው፤ እንደምን እግዚአብሔር በሰው ልጅ አእምሮ የተጠነሰሱትን መንግሥታት በመቀያየር፤ የራሱ የሆነውን ሕዝብ እንደሚታደግ ነው፡፡ ምንም እንኳን ናቡከደነፆር ከእርሱም ቀጥሎ በባቢሎን የነገሠው ንጉሥ፤ እሥራኤላውያንን ወደ ኢየሩሳሌም በመመለስ የእግዚአብሔርን ቤተመቅደስ አድሰው እንዳይገነቡ ቢከለክላቸውም ቅሉ፤ ሆኖም ግን እግዚአብሔር በእርሱ ዙፋን ላይ፤ የፋርሱን ቂሮስ በማስቀመጥ የእስራኤላውያንን ምኞትና ተስፋ አሳክቷል፡፡ ይህም በአንድ በኩል የእግዚአብሔርን ቃል ኪዳኑን ጠባቂነት ሲያመለክተን፤ በሌላ በኩል ደግሞ የነቢዩ ዳንኤልን የምልጃ ጸሎት ተቀባይነት ማግኘት ያረጋግጥልናል፡፡

በመሆኑም በእግዚአብሔር ጣልቃ ገብነት፤ ወደ አልተጠበቀ አቅጣጫ ያመራው ይህ ታሪካዊ ሒደት፤ የሚያስገነዝበን ቀጣዮቹን ሦስት ፍሬ ነገሮች ይሆናል፡፡

1. እግዚአብሔር በዓለም ታሪክ ውስጥ፤ ለሚጫወተው ሚና የመሪነት ሥልጣንን በሚያጨብጣቸው ሰዎች አማካይነት፤ በቀጥታም ሆነ በተዘዋዋሪ መንገድ እንደሚጠቀም፡፡

2. እግዚአብሔር ሕዝቦቹ በሚላቸው ወገኖቹ፤ ትዕዛዛቱን እስካላከበሩና እስከ አመጹ፣ በማን አህሎኝነት በወንድሞቻቸው ላይ፤ ግፍ፣ በደል፣ ምዝበራና ጭቆና እስካደረሱ፤ መቀጣጫ ይሆናቸው ዘንድ፤ በላያቸው ላይ ጨካኝና ተበቃይ መሪ እንደሚያስነሳባቸው፡፡

3. ያም ሆኖ ግን ሕዝቡ በጥፋታቸው እስከተጸጸቱና ንስሐ ከገቡ፤ እግዚአብሔር ይቅር ባይ አምላክ ነውና፤ አንድም ያን መሰሉን መሪ እንደሚያስወግድላቸው፤ አለበለዚያም ልቡናውን በመቀየር፤ አዛኝና አመዛዛኝ እንደሚያርገው ያመለክታል፡፡

‹‹ስለ እናንተ ነውና››

እነኝህ በብሉይ ኪዳን ታሪክ ላይ፤ በመንተራስ ለመደምደሚያነት ሦስቱ ፍሬ ሃሳቦች በአዲስ ኪዳኑም የክርስትና ትምህርት፤ በድጋሚ ተረጋግጠዋል፡፡ የእግዚአብሔር አንዱና ብቸኛው ዓላማ በጌታ ኢየሱስ አማካይነት፤ የእርሱ ለሆኑት ወገኖች፤ ማናቸውንም መልካም ነገር ማሟላት ነው፡፡ ስለዚህም ነው ከ2000 ዓመት በላይ በዓለም ታሪክ ውስጥ ጳውሎስ ‹‹ሁሉ ስለ እናንተ ነውና›› (2 ቆሮንቶስ 4-15) የሚለውን አጽናኝ መለኮታዊ ቃል፤ ለእኛ ለሕዝበ-ክርስቲያኖች ያስተላለፈልን፡፡ ይህም የተስፋ ቃል በተለይ ከመንግሥታት ምሥረታ፤ ብሎም ከገናናንትና ውድቀታቸው ጋር የቱን ያህል ተዛምዶ እንዳለው፤ በማሳየት አሁን ጳውሎስ የሚከተለውን መግለጫ አቅርቦልናል፡፡

‹‹ነፍስ ሁሉ በበላይ ላሉት ባለ ሥልጣኖች ይገዛ፡፡ ከእግዚአብሔር ካልተገኘ በቀር ሥልጣን የለምና ያትም ባለሥልጣኖች በእግዚአብሔር የተሾሙ ናቸው፡፡ ስለዚህ ባለሥልጣንን የሚቃወም የእግዚአብሔር ሥርዓት ይቃወማል፤ የሚቃወሙትም በራሳቸው ላይ ፍርድን ይቀበላሉ፡፡ ገዢዎች ለክፉ አድራጊዎች እንጂ መልካም ለሚያደርጉ የሚያስፈሩ አይደሉምና፡፡ ባለሥልጣንን እንዳትፈራ ትወዳለህን? መልካሙን አድርግ፡፡ ከእርሱም ምሥጋና ይሆንልሃል፡፡ ለመልካም ነገር ለአንተ የእግዚአብሔር ቁጣውን ለማሳየት ክፉ አድራጊውን የሚበቀል የእግዚአብሔር አገልጋይ ነውና፡፡ ስለዚህ ለቁጣው ብቻ አይደለም ነገር ግን ስለ ሕሊና ደግሞ መገዛት ግድ ነው፡፡ (ሮሜ 13፡1-5)

እነሆ ከዚህ ጥቅስ የምንረዳው፤ ሦስት ታላላቅ ቁም ነገሮችን ነው፡፡

1. ከእግዚአብሔር ካልተገኘ በቀር፤ ሥልጣን እንደሌለው
2. ባለሥልጣኑ (ለምህረትም ሆነ ለቅጣት) በእግዚአብሔር የተሾመ አገልጋይ መሆኑን
3. አንድ ክርስቲያን የባለሥልጣኑን ቁጣ በመፍራት ሳይሆን፤ በእግዚአብሔር እንደራሴነቱ ሊገዛለት የሚገባ መሆኑን ያሳያል፡፡

እንግዲህ ይህ ጥቅስ ግልጽ የሚያደርግልን፤ በእግዚአብሔር ፈቃድ ለተመሠረተው መንግሥት፤ ወሳኙና ሚና የሚጫወቱት ክርስቲያኖች መሆናቸውን ነው፡፡ ማለትም ለእግዚአብሔር ትእዛዛት እስከተገዙ ድረስ፤ የሚመሰረትላቸውም መንግሥት ሕዝቡን የሚወግን ሲሆን፤ አመጸኞች ከሆኑ ግን እንደዛው የከፋ መንግሥት በላያቸው ላይ እንደሚጫን ነው፡፡ ይህን ዓይነቱም መንግሥት ሕዝቡን ለጭቆናና ለምዝበራ፤ ለረሃብና ለድንቁርና፤ ለሕመምና ለሥቃይ . . . ወዘተ የሚዳርግ ይሆናል፡፡

ታዲያ ሕዝቡ የቱንም ያህል ለጉስቁልና ሕይወት ቢጋለጥም፤ በሐዘንና እሮሮ ብዛት መኖር ቢያስጠላውም ቅሉ፤ ዳሩ ግን ይህን መሰሉን መንግሥት ለመገልበጥ፤ ለአመጽ መገፋፋት

የለበትም፡፡ ስለምን የመንግሥታት መለዋወጥ ሊከሰት የሚችለው፤ በሕዝቦች ጥረት ብቻ ሳይሆን፤ የእግዚአብሔርም ፈቃድና አመራር ሲታከልባት ነውና ነው፡፡ ይህም ቀደም ሲል በተጠቀሰው፤ የጳውሎስ መልእክት ተረጋግጦልናል፡፡ እናም ‹‹ሁሉን ስለ እናንተ ነውና›› ተብሎ ለክርስቲያኖች የተነገረላቸው ተስፋ፤ ተፈጻሚነት አግኝቶ ብሩህ አመራርን የሚቀዳጁት፤ እምነታቸውን በፈጣሪያቸው ላይ ሲጥሉ ብቻ ይሆናል፡፡

እግዚአብሔር ከመሪዎች የሚጠብቀው ግዴታ

ይህን ርእስ በተመለከተ፤ በቅድሚያ ልንመልሰው የሚገባ አንድ ጥያቄ አለ፡፡ ይኸውም አንድ የአገር መሪ በእግዚአብሔር ዘንድ፤ እንዲያሟላ የሚጠበቅበት ግዴታ ምንድን ነው? የሚለውን ነው፡፡ ይሁን እንጂ ጥያቄውን በግል ጥረታችን ለመመለስ ከመሞከራችን በፊት፤ መንፈስ ቅዱስ በነቢዩ ሳሙኤል ላይ በማደር፤ የተናገረውን ቀጣዩን ጥቅስ ማጤኑ እገዛ ያደርግልናል፡፡

‹‹የእግዚአብሔር መንፈስ በእኔ ተናገረ፤
ቃሉም በአንደበቴ ላይ ነበር፡፡
የእስራኤል አምላክ ተናገረኝ
የእስራኤል ጠባቂ እንዲህ አለ፡-
በሰው ላይ በጽድቅ የሚሠለጥን፤
በእግዚአብሔርም ፍርሃት የሚነግሥ፤
እርሱ እንደማለዳ ብርሃን እንደ ጸሐይ አወጣጥ፤
በጥዋትም ያለ ደመና እንደሚደምቅ፤
ከዝናብ በኋላ በምድር እንደሚበቅል ልምላሜ ይሆናል፡፡››
(2 ሳሙኤል 23፡2-4)

እንግዲህ ከላይ እንደ ሰፈረልን እንደ መንፈስ ቅዱስ ቃል ከሆነ፤ ከአንድ የአገር መሪ የሚጠበቀው ፈሪሃ እግዚአብሔርና ፍትሐዊነት ነው፡፡ ይህንንም ለሚያሟላው ሰው ሥልጣን በጨበጠ ጊዜ፤ ‹‹እርሱ እንደ ማለዳ ብርሃን እንደ ጸሃይ አወጣጥ በጥዋትም ያለ ደመና እንደሚደምቅ ከዝናብ በኋላ ከምድር እንደሚበቅል ልምላሜ ይሆናል›› የሚለውን፤ ጸጋና በረከት ፍቅርና ግርማ ሞገስ ይላበሳል፡፡

በሌላ በኩል ግን፤ የዘመናችንን የፖለቲካ ሁኔታ ስንዳስሰው የምናየው ምስል ሁሉ፤ ከዚህ ለየት ያለ ነው፡፡ ለምሳሌ አሜሪካውያን ስማቸው ክርስቲያን ይሁን እንጂ፤ ዳሩ ግን ለፖለቲካ እምነታቸው የሚከተሉት፤ ቀደም ሲል ያብራራነውን መለኮታዊ መርህ ሳይሆን፤ እንደየጊዜው ሁኔታ ተለዋዋጭ የሆነውን፤ የሪፐብሊካኑን ወይንም የዴሞክራቲክ ፓርቲውን፤ የፕሮፓጋንዳ ዘመቻና የምረጡኝ ሰበካ ነው፡፡በእንግሊዝም ውስጥ ቢሆን፤ ሕዝቡ በደፈናው የሚመራው የኮንሰርቫቲቭና የሌበሩ ፖለቲከኞች በሚደሰኩሩለት ዝንባሌና በሚያቀነቅኑለት የድለላ ቃላት እንጂ፤ ሃቀኝነታቸውን ወይም ለእግዚአብሔር ሕግጋት ያላቸውን ተገዢነት፤ ከእሴት ውስጥ በማስገባት አይደለም፡፡ እንደ እውነቱ ከሆነ ግን አንድ የክርስቶስ ተከታይ ነኝ የሚል ግለሰብ፤ ድምጹንም ሆነ ድጋፉን መስጠት ያለበት፤ መጽሐፍ ቅዱሳዊ ሥነ ምግባራትን እያከበረ ለመሆኑ፤ በጎ የሆነ ምስክርነት ላለው ሰው ብቻ መሆን ነበረበት፡፡ ይህን መሰሉም ቁርጠኛ አቋም፤ በመላው ዓለም በሚገኙት ክርስቲያኖች ዘንድ ተጠናክሮ

ቢሆን ኖሮ፤ በአሁኑ ሰዓት በየአገሩ የተከሰቱና በመፋፋም ላይ ያሉ ግጭቶችና ደም መፋሰሶች፤ በተወገዱ ነበር፡፡ ለማጠቃለልም ያ መቼ በደረሰልን እያሉ ክርስቲያኖች በጉጉት የሚጠብቁት የክርስቶስ መንግሥት፤ በመላው ዓለም እስኪመሠረት ድረስ፤ ቢያንስ በየአገራቸው ላሉት መሪዎች፤ እግዚአብሔር የአመራር ብቃትን ያቀዳጃቸው ዘንድ፤ ክርስቲያኖች ያለመቦዘን መጸለይ አለባቸው፡፡

5

ታሪክ በጸሎት ይገነባል

በርዕሱ የተጠቀሰው አዎንታዊ አባባል፤ እውነታነት መመስከሩ ለእኔ ከባድ አይደለም፡፡ ይኸውም በግል ሕይወቴ ያለፍኩባቸው በርካታ ገጠመኞች፤ ከመኖራቸው የተነሳ ነው፡፡በመሆኑም በዚህ ምዕራፍ ውስጥ፤ ድንቅዬ ከምላቸው ልምዶችና ክስተቶች አራቱን ብቻ፤ በምሳሌነት በመምረጥ እንደሚከተለው እተርክላችኋለሁ፡፡

የሰሜን አፍሪካው ጦርነት

እ.አ.አ ከ1941 ዓ/ም ድረስ፤ በሰሜን አፍሪካ ለተመደበው የእንግሊዝ 1ኛና 7ኛ ክፍለ ጦር፤ በሕክምና ረዳትነት ተመድ አገለግያለሁ፡፡ ታዲያ በዚያን ወቅት ጦሩ የነበረበት ሁኔታ፤ እጅግ አሳዛኝ ነበር፡፡ ሌላው ቀርቶ ሠራዊቱ የሚጠጣው ውሃ አጥቶ፤ ለቀናት በውሃ ጥም እንደተጠበሰ ነበር የሚውለው፡፡ በዚያ ላይ ደግሞ፤ የበረሃው ቃጠሎ አቅልን ያሳጣ ነበር፡፡ ምናልባትም አልፎ አልፎ በየሦስትና አራት ቀናቱ፤ የሚታደለንን አንዳንድ ኮዳ ውሃ በመቆጠብ ጉሮሮአችንን ከማራስ በስተቀር ፊታችንን እንኳን ውሃ የማስነካት ነገር የማይታሰብ ነበር፡፡

ያም ሆኖ ግን፤ የጦር አዛገቹና የቅርብ ረዳታቸው የሆኑት መኮንኖች ሕይወት ደግ፤ በአንጻሩ እጅግ የተዝናናና የተንደላቀቀ ነበር፡፡ የፈለጉትን ዓይነት ምግብ አማርጠው ከመብላትም አልፈው፤ በመሸ ቁጥር በቢራና በውስኪ እንደተራጩ ነበር የሚያነጉት፡፡ በዚያ ላይ በወቅቱ ተላልፎ የነበረውን የነዳጅ ቁጠባ ትእዛዝ በመጣስ፤ እንደ አሻቸው ነበር መኪናቸውን እያሽከረከሩ፤ ወደ አቅራቢያው ከተማ የሚመላለሱት፡፡ ታዲያ በተራው የጦሩ አባልና፤ በአዛገቹ መካከል ያለው ይህን መሰሉ አድሏዊነት፤ ታላቅ የሞራል ድቀትና የመቃቃር ስሜት ማስከተሉ አልቀረም፡፡

በመሆኑም ከምዕራቡ አቅጣጫ ጦርነት በከፈተው ከጀርመን ጦር፤ በቀላሉ ድል ለመመታት በቅቷል፡፡ በዚህም ሳቢያ በትሪፖሊ ከተማ አጠገብ፤ ከሚገኘው የጦር ሰፈራችን 700 ኪሎ ሜትር ያህል፤ ወደ ኋላ በማፈግፈግ ከካይሮ 50 ኪ.ሜ ብቻ ርቆ በሚገኘው፤ ኤል ኤልሜይን በመመሸግ ተገደን ነበር፡፡

እኔ ግን በዚህን ጊዜ ሁሉ፤ ራሴን ለጾም ለጸሎት በማስገዛት፤ የእግዚአብሔርን እርዳታ እንደተማጠንኩ ነበርኩ፡፡ በዚያን እልም ባለ በበረሃም ውስጥ፤ በውስጤ አድሮ ከሚያጽናናኝ ከመንፈስ ቅዱስና ከእጄ ከማልለየው ከመጽሐፍ ቅዱሴ በስተቀር፤ አንድም

ጭንቀቴን የሚጋራው ባልንጀራም ሆነ መካሪ አልነበረኝም፡፡ እናም ይህን መሰሉን የተገለለ ሕይወት በመምራት ላይ እንዳለሁ ነበር፣ አንድ ቀን የሚቀጥለውን ጸሎት እንዳደርስ መንፈስ ቅዱስ የገፋፋኝ፡፡

‹‹አቤቱ አንተ ቸርና ይቅር ባይ የሆንክ አምላክ ሆይ! እባክህን ለዚህ የውጊያ መንፈሱ ለተኮላሸው የእንግሊዝ ሠራዊት፣ መልካም አመራር ሊሰጥ የሚችል የጦር አዛዥ መድብለት፡፡ እነሆም ይህን ጦር ድልን ለመቀዳጀት ግብጽንና ፍልስጤምን በጀርመኖች እጅ ከመውደቅ አድን! ሕዝቦችህንም ለስምህ ክብርና ውዳሴን ለማቅረብ አብቃቸው!››

እንደ እውነቱ ከሆነ ለምን እንደዚህ ብዬ እንደጸለይኩ ግልጽ የሆነልኝ ውሎ ካደረ በኋላ ነበር፡፡ ይኸውም ለጀርመን ጦር እንግሊዝን በማሸነፍ፣ ግብጽን መቆጣጠርና ወደ ፍልስጤም ሰተት ብሎ መግባት ማለት፣ እሥራኤላውያንን ከምድረ ገጽ ጠራርጎ ለማጥፋት በር ከፋች በመሆኑ ነው፡፡ የዚያን ወቅት በአውሮፓ የሚገኙትን እሥራኤላውያንን፣ (ማለትም አይሁዳውያንን) የጀርመን ናዚዎች እያሳደዱ ገድለዋል ወይም በመሰደድ፣ አዲስ ሕይወት መምራት የጀመሩት፣ አይሁዳውያን ሠፋሪዎች ብቻ ናቸው፡፡ ስለዚህ የእኔም ጸሎት ለእነዚህ ሞት ላንዣበበባቸው አይሁዶች፣ ምልጃ መሆኑን የተረዳሁት፣ መንፈሴ ከተረጋጋና የነገሮችን ሂደት ለማገናዘብ ከቻልኩ በኋላ ነበር፡፡

ወደ ተነሳሁበት ርዕስ ልመለስና፣ እነሆ እግዚአብሔር ጸሎቴን ሰምቶኝ ኖሮ፣ በእርግጥም በእንግሊዝ የጦር ኃይል ውስጥ፣ ሹም ሽር ተካሄደ፡፡ ሁለት የጦሩ አዛዦችም እግር በእግር ተሸረው በምትካቸው፣ የአንግሊካኗ ቤተክርስቲያን ጳጳስ ልጅ የሆኑት ሞንትጎመሪ፣ ተሾሙ፡፡ እኚህ ሰው ፈሪሃ እግዚአብሔር ያደረባቸው፣ ለወታደሮቻቸው የሚያዝኑና የሚቆረቆሩ ሰው ነበሩ፡፡ በመሆኑም የአዛዥነቱን ሥልጣን እንደተረከቡ፣ ቅድሚያ የሰጡት የሠራዊቱን ደህንነት ለማስጠበቅና ሞራሉን ለመገንባት ነበር፡፡ የዕዝ ሰንሰለቱንም ሁለት ወራት ባልሞላው ጊዜ ውስጥ የሠራሁትንና ያደረግሁትን ሁሉ አምጣ እለዋለሁ›› ኢሳይያስ 43፡5-7 ሲል የተነበየው ነበር በየጊዜው ከፊታችን ድቅን ይል የነረው፡፡

ሆኖም ግን በማቴዎስ 18፡19 ላይ፣ ‹‹ከእናንተ ሁለቱ በምድር በማናቸውም በሚለምኑት ነገር ሁሉ ቢስማሙ በሰማያት ካለው ከአባቴ ዘንድ ይደረግላቸዋል›› ተብሎ በተገባልን ቃል ኪዳን መሠረት፣ እኔና ሊዲያ በጋራ በመሆን እግዚአብሔር ያንን ጦርነት በአጭሩ ይገታውና በእሥራኤላውያን ድል አድራጊነት ይቋጨው ዘንድ፣ ከመጸለይ የተቆጠብንበት ጊዜ የለም፡፡ እንዲያውም አንድ ቀን ይህንኑ ጸሎታችንን ተንበርክከን አድርሰን ገና ቀና በማለት ላይ እንዳለን ነበር፣ ሊድያ ‹‹ጌታ ሆይ! እባክህ እነኝህን አረቦች፣ የሚተኩሱበትን እጃቸውን እስርስር አድርገው!›› ስትል ሌላ ልመና ያከለችበት፡፡

እውነትም ልመናዋ ሰምሮ ኖሮ፣ እነኛ ዘመናዊ የጦር መሣሪ የታጠቁት ሥፍር ቁጥር የሌላቸው አረቦች፣ በቁጥር አናሣ በሆኑት አይሁዳውያን በመሸነፍ ማፈግፈግ ጀመሩ፡፡
እናም ያንኑ ሰሞን ነበር፣ አንድ እሥራኤላዊ ወታደር ውሃ ብጤ ለመጎንጨት፣ ወደ ቤታችን ጎራ ብሎ የሚከተለውን ያጫወተን፡- ‹‹እነኝህን አረቦች ምን እንደነካቸው አናውቅም፣ ከእኛ ጋር ሲነጻጸር ያሰለፉት ወታደር ብዛት በአሥርና በሃያ ጊዜ እጥፍ ይሆናል፡፡ እንደዚያው ሁሉ የታጠቁትም የጦር መሣሪያ እጅግ ዘመናዊ ነው፡፡ ሆኖም ከእኛ ጋር ጦርነት ሲገጥሙ

ምን እንደሚነካቸው እንጃ፣ ፍዝዝ ብለው ነው የሚቀሩት፡፡ ባይገርማችሁ አንዲት ጥይት እንኳን ለመተኮስ እጃቸው እሥርሥር ነው የሚለው›› ሲል አወጋን፡፡ ሆኖም የዚያ እስራኤላዊ ወታደር አነጋገር፣ እኛን ከማስገረምም አልፎ መንፈሳዊ መደመምን ነበር ያሳደረብን፡፡ ስለምን ልክ ሊድያ ‹‹ጌታ ሆይ! እባክህን የእነኝህን የአረቦች የሚተኩሱበትን እጃቸውን እሥር ሥር አድረገው!›› ብላ የጸለየችው ጸሎት፣ በእግዚአብሔር ዘንድ ተቀባይነት አግኝቶ፣ ‹‹የእጃቸው መተሣሠር›› በዚያም ወታደር አንደበት ቃል በቃል በመደገሙ ነው፡፡

ይህ እንግዲህ ለእኔና ለሊድያ፣ ከበድ ያለ መልዕክት ነበር ያተላለፈልን፡፡ በቅድሚያ ስለ ምስኪኖቹ እሥራኤላውያን ያደረስነው ጸሎት፣ ምላሽ ማግኘቱን አረጋግጦልናል፡፡ በመቀጠል ደግሞ ጥንት በነዚያ የተነገረለትን እሥራኤልን ዳግም ምሥረታ፣ ዓይን በዓይን ለማየትና ለማስመስከር አስችሎናል፡፡ እንደዚሁም ለሌሎቹ መንግሥታት ብዙ ዘመናት የፈጀባቸውን የብልጽግና እርከን፣ እሥራኤል በጥቂት ዓመታት ውስጥ መቀዳጀቷን አስተውለናል፡፡ ከዚህም በመነሣት የእኔና የሊድያ ጸሎት የበኩሉን አስተዋጽዖ ለማበርከቱ፣ ቅንጣት ታህል ጥርጣሬ አላደረብንም፡፡

የስታሊን የአገዛዝ ዘመን ፍጻሜ

ከ1949 እስከ 1956 ዓ/ም ያለውን ጊዜ ደግ ያሳለፍኩት፣ በለንደን ከተማ ለአንድ የክርስቲያኖች መጋቢ በመሆን ነው፡፡ በዚያንም አጋጣሚ ነበር የሶቪየት ኅብረቱ ፈላጭ ቆራጭ መሪ የነበረው፣ ጆሴፍ ስታሊን በራሺያ ውስጥ የሚገኙትን አይሁዳውያን ለማጥፋት ሥውር አዋጅ ማወጁን የሰማሁት፡፡

ይህም ዜና በእጅጉ አስጨንቆኝ ስለነበር፣ መጽናናትን ባገኝ ስል በመጽሐፍ ቅዱሴ ላይ እንዳቀረቀርኩ ነበር የምውለው፡፡ በዚያን ጊዜም ነበር ጌታ በሮሜ 11፡30-31 ላይ ወደ ሠፈረው ቀጣዩ መልዕክት የመራኝ፡፡

‹‹እናንተም ቀድሞ ለእግዚአብሔር እንዳልታዘዛችሁ፣ አሁን ግን ከአለመታዘዛቸው የተነሣ ምሕረት እንዳገኛችሁ እንዲሁ በተማራችሁበት ምሕረት እነርሱ ደግሞ ምህረትን ያገኙ ዘንድ እነዚህ ደግሞ አሁን አልታዘዙም፡፡››

ይህንንም ጥቅስ አንብቤ ከመጨረሴ ነበር፣ በራሺያ ውስጥ ለሚኖሩት አይሁዳውያን ኃላፊነት እንዳለብኝ የተረዳሁት፡፡ በመሆኑም እንደ እኔ ለተገፉ ወንድሞች የመቆርቆር ስሜት ያላቸውን፣ ወንድምና እህቶች በመሰብሰብ ዕለት በዕለት በኅብረት መጸለይ ጀመርን፡፡ በተለይም ደግሞ በሳምንቱ እሮብና አርብ፣ የጾም ቀናት አድርገን በመውሰድ፣ በእነዚህ ቀናት እህል ውሃ ሳንቀምስ፣ በስቃይ ላይ ለሚገኙት የሩሲያ አይሁዳውያን መማለዱን ተያያዝነው፡፡

ታዲያ በዚህ መሰሉ ጾምና ጸሎት ተጠምደን፣ ሁለት ሳምንት እንኳን ሳይሞላ ነበር፣ የሶቪየት ኅብረትን ፖለቲካዊ ይዘት መለወጥ የቻለው፣ አንድ ጉድ የተከሰተው፡፡ይኸውም የጆሴፍ ስታሊን መታመሙ ሳይሰማ፣ የመሞቱ ዜና በመላው ዓለም በመሰራጨቱ ነው፡፡እዚህ ላይ ግልጽ ላደርገው የሚገባ ነገር ቢኖር፣ እኔም ሆንኩ በጸሎት ይተባበሩኝ

የነበሩት ክርስቲያን ወንድሞችና እህቶች፤ አንድም ቀን ‹ስታሊን ይሞት ዘንድ›፤ ወደ እግዚአብሔር ጸሎት አለማቅረባችንን ነው፡፡ ያደረግነው ነገር ቢኖር፤ በራሺያ ያሉትን አይሁዳውያን ሥቃይና መከራ እያስታወስን፤ እግዚአብሔር ከዚህና ከተመሳሳይ ፈተና ሁሉ ይሰውራቸው ዘንድ፤ መለመን ብቻ ነበር፡፡ ሆኖም የእግዚአብሔር መንገድ የረቀቀ ነውና፤ ለአይሁዳውያን ደህንነት ሲል፤ ስታሊንን በሞት ማስወገዱን መረጠ፡፡

ይህን መሰሉ የእግዚአብሔር ፍርድ፤ በንጉሡ ሄሮድስም ላይ ስለመፈጸሙ በሐዋርያት ሥራ ምዕራፍ 12 ላይ መከራን ያጸናባቸው ዘንድ፤ የዮሐንስን ወንድም ያዕቆብ በሰይፍ ከማስገደልም አልፎ፤ እንዲሁ ጴጥሮስንም ጭምር አሲዞ ከወህኒ ከትቶት ነበር፡፡ ሆኖም ክርስቲያኖች ስለ ጴጥሮስ ደህንነት ያለማቋረጥ በመጸለያቸው፤ ተአምራዊ በሆነ መንገድ ከወህኒ ቤት አወጣና፤ ከአንዣበበበት የሞት ቅጣት ለማምለጥ ችሏል::

በዚሁ ምዕራፍ ማብቂያ ላይ ግን፤ የሚያጋጥመን ትርዒት ከቀድሞው ለየት ያለ ነው፡፡ ይኸውም የክርስቲያኖችን ሕይወት ለማጥፋት ወደ ኋላ በማይለው ሄሮድስ ላይ፤ በተራው የሞት መቅሠፍት ሲያንዣብብበት ስለምናይ ነው፡፡ ይህንንም ሉቃስ በሐዋርያት ሥራ 12፡21-23 ላይ እንደሚከተለው ገልጾታል፡፡

‹‹በተቀጠረ ቀንም ሄሮድስ ልብስ መንግሥቱን ለብሶ በዙፋን ተቀመጠ፡፡ እነርሱንም ተናገራቸው፤ ሕዝቡም፡- የእግዚአብሔር ድምጽ ነው፡፡ የሰውም አይደለም ብለው ጮሁ፡፡ ለእግዚአብሔርም ክብር ስላልሰጠ ያን ጊዜ የጌታ መልአክ መታው በትልም ተበልቶ ሞተ፡፡›› እንግዲህ ክርስትናን ለማጥፋት ያን ያህል ይጥር የነበረው ሄሮድስ፤ በዚያን መልኩ ነበር ለቅስፈታዊ ሞት የተዳረገው፡፡ ይህም ከክርስቲያኖች ጸሎት የተነሣ፤ የተላለፈበት ፈርድ ለመሆኑ ማረጋገጫው፤ ከእርሱ ሞት በኋላ ‹‹የእግዚአብሔር ቃል ግን ያድግና ይበዛ ነበር›› ቁጥ 24 የሚሰጠው ገለጻ ነው፡፡

ልክ እንደ ሄሮድስ ሁሉ ስታሊንም፤ የሞተው፤ አይሁዳውያንን ለማጥፋት ቆርጦ በተነሣበት ወቅት ነው፡፡ በእርሱም እግር የተተኩት እንደ ክሩስቼቭ የመሳሰሉት መሪዎች፤ ስታሊንን በዚህ ዕቅዱ የተነሣ ‹‹አረመኔ፤ ጨካኝ፤ ነፍሰ ገዳይ ... ወዘተ›› በማለት አውግዘውታል፡፡ ሌላው ቀርቶ ራሱ
ኮትኩቶ ያሳደጋት ሴት ልጅ ሳትቀር፤ ውላ አድራ ከነዚያ ምስኪን አይሁዳውያን ጋር በመወገን፤ ወደ እሥራኤል ለመሰደድ ከመብቃቷም በላይ፤ ለሰው ልጆች ደህንነት ሲል በመስቀል ላይ መሥዋዕት በሆነው፤ በአይሁዳዊው ጌታ ኢየሱስ በማመን ክርስቲያን ሆናለች፡፡

የኬንያ የልደት ጣር

ከ1957-1961 ድረስ ያሉትን ዓመታት ደግሞ ያሳለፍኩት፣ የእንግሊዝ ቅኝ ግዛት በነበረችው ኬንያ ውስጥ፣ የአንድ መምህራን ማሰልጠኛ ተቋም ርዕሰ መምህር በመሆን ነው፡፡ ታዲያ ወቅቱ አፍሪካውያን ነጻነታቸውን ለመቀዳጀት፣ የሞትና የሽረት ፍልሚያ የሚያካሂዱበት እንደመሆኑ፣ ኬንያም በማውማው ነጻ አውጭ ግንባር መሪነት፣ በሕዝባዊ አመጽ በመታመስ ላይ ነበረች፡፡ በተለይም በዚች አገር ዙሪያ ያሉት፣ እንደ ታንዛኒያና ኡጋንዳ እንደዚሁም ኮንጎን የመሳሰሉት አገሮች፣ ነጻነታቸውን ተጎናጽፈው ስለነበር፣ ኬንያም ያንኑ ዕድል ለመቀዳጀት ከፍተኛ መሥዋዕትነት እየከፈለች ነበር፡፡

እናም በዛን መሰሉ ወቅት ነበር፣ አገልግሎት በምሰጥበት በምዕራቡ የኬንያ ክፍል ውስጥ በሚገኘው፣ በመምህራን ማሠልጠኛ ተቋም ውስጥ፣ የሃይማኖት ጉባዔ እንዲካሄድ ጥሪ ያስተላለፍኩት፡፡ በጉባዔውም ላይ ከሁለት መቶ በላይ ተሳታፊዎች የተገኘን ሲሆን፣ ለአንድ ሳምንት ያህል በጾምና በጸሎት ከመጠመድ ጎን ለጎን፣ መጽሐፍ ቅዱሳዊ ጥናቶችን በማካሄድ ነበር ያሳለፍነው፡፡ ታዲያ ጉባዔው በሚዘጋበት የመጨረሻው ዕለተ እሁድ ነበር፣ ሐዋርያው ጴጥሮስ በሐዋርያት ሥራ 2፡17 ላይ የጠቀሰው፣ የኢዮኤል ትንቢት ሲፈጸም ለመመስከር የበቃሁት፡፡

‹‹እግዚአብሔር ይላል፡- በመጨረሻው ቀን እንዲህ ይሆናል፣ ሥጋ በለበሰ ሁሉ ከመንፈሴ አፈሳለሁ፣ ወንዶችና ሴቶች ልጆቻችሁም ትንቢት ይናገራሉ፣ ጎበዞቻችሁም ራዕይ ያያሉ ሽማግሌዎቻችሁም ሕልም ያልማሉ፡፡

በጉባኤው መዝጊያ ላይ፣ ሁለታችንም በጸሎት ተጠምደን፣ ለሁለት ሰዓታት ያህል ቆየን፡፡ በዚያን ጊዜም መንፈስ ቅዱስ በላያችን ላይ ለመውረዱ፣ የሚያጠራጥር አልነበረም፡፡ ለእኔ መንፈስ ቅዱስ በጆሮዬ ‹‹እግዚአብሔር በብጥብጥ ደም መፋሰስ ለተጥለቀለቀችው ኬንያ፣ ሰላምን ያድላት ዘንድ ምዕመናኑን በጸሎት ምራ!›› ሲል ስለተናገረኝ፣ እንደታዘዝኩት ለመፈጸም ወደ መድረክ አመራሁ፡፡ በዚያን ጊዜም አጠገቤ የነበረችው ባለቤቴ ሊድያ፣ ልብሴን ጎተት በማድረግ ‹‹ወዴት ልትሄድ ነው?›› ስትል ጠየቀችኝ፡፡

‹‹ወደ መድረኩ ልወጣ ነው›› ስል መለስኩላት

‹‹ወደዚያ መሄድህ ከሆነማ፣ እንግዲያውስ ምዕማናኑ ሁሉ ስለ ኬንያ ደህንነት፣ በኅብረት እንዲጸልዩ አሳስባቸው›› ስትል መልሳ ተናገረችኝ፡፡

‹‹እኔም ይህንኑ ለማድረግ ነበር ወደ መድረኩ ማምራቴ›› በማለት መለስኩላት፡፡ እዚህ ላይ የተገረምኩበት ነገር ቢኖር፣ መንፈስ ቅዱስ ለእኔም ለሊዲያም በተመሳሳይ ጊዜ፣ ተመሳሳይ መልዕክት ያስተላለፈልን የመሆኑ እውነት ነው፡፡

ከዚያም ከመድረኩ ላይ በመውጣት፣ ‹‹እናንተ በዚህ አዳራሽ ውስጥ የተሰበሰባችሁ ወንድምና እህት ክርስቲያኖች፣ እግዚአብሔር የጣለባችሁ ታላቅ አደራ አለ፡፡ ይኸውም አገራችሁ ነጻነቷን በሰላም ትቀዳጅ ዘንድ፣ ያለማሰለስ መጸለይ እንደሚኖርባችሁ ነው፡፡ ይህን እስካደረጋችሁ በኬንያ ላይ ያንዣበበው የእርስ በርስ ብጥብጥ፣ ደም መፋሰስ አደጋ ተወግዶ፣ በአገሪቱ ላይ ሰላምና መረጋጋትን የሚያሰፍን፣ ክርስትያናዊ መንግሥት ይቋቋማል፡፡ ስለዚህ ከዚች ደቂቃ አንስቶ፣ ይህን ልመናችንን ወደ ቸሩ ፈጣሪ እናቅርብ››

ብዬ ተንበረከኩሁ፡፡ ከጎኔም የነበረው ኬንያዊው አስተርጓሚዬ፣ ዊልሰን እንደኔው ተንበረከከ፡፡

ይሁን እንጂ ብዙም ሳይቆይ ነበር ልክ በራእይ 19፡6 ላይ፣ ‹‹እንደ ብዙ ሕዝብም ድምጽ እንደ ብዙ ውሆችም ድምፅ እንደ ብርቱም ነጎድጓድ ድምጽ ያለ ሰማ›› ሲል ሐዋርያው ዮሐንስ እንደገለጸው ሁሉ፣ በዚያም አዳራሽ ውስጥ ከፍተኛ ድምጽ አስተጋባ፡፡

ከዚይም ተንበርክኮ የነበረው አስተርጓሚዬ፣ ዊልሰን ትከሸዬን ጎሸም ካደረገኝ በኋላ፣ በዚያኑ ቅጽበት የሚከተለው ራዕይ እንደተገለጠለት ነገረኝ፡፡
‹‹አንድ ጥቁር ሰው በኃይለኛ ቀይ ፈረስ ላይ ተቀምጦ፣ ከበስተምሥራቅ አቅጣጫ እየጋለበ፣ ወደ ኬንያ ይገባል፡፡ ሌሎችም ፈረሰኞች ይከታተሉታል፡፡ ሆኖም ብዙ ሳይቆይ ጋላቢዎቻቸውን እንደያዙ ፈረሶች ወደ ሰሜን አቅጣጫ በመፈርጠጥ ይሰወራሉ፡፡››

ይህ የዊልሰን ራዕይ በገሃድ መከሰት የጀመረው በ1964 ዓ/ም ነበር፡፡ ይኸውም ልክ ለዊልሰን እንደታየው ሁሉ፣ ከኬንያ በስተምሥራቅ በምትገኘው የዛንዚባር ደሴት፣ የኮሚኒስቶች አመጽ መቀጣጠልና ብዙ ዕልቂት
ከማስከተልም አልፎ፣ ወላፈኑ በጥቂት ቀናት ውስጥ ወደ ኬንያም መሸጋገሩ ነው፡፡ ይሁን እንጂ በወቅቱ ኬንያ ጆሞ ኬንያታን የመሰለ ብሔራዊ መሪ አግኝታ ስለነበር፣ የአመጹ ወረርሽኝ እምብዛም ሳይንሰራፋ በአጭሩ ሊቀጭ ችሏል፡፡ የሚገርመው ልክ ለዊልሰን በታየው ራዕይ ላይ፣ ፈረሶቹ ከኬንያ በመውጣት ወደ ሰሜኑ አቅጣጫ በመጋለብ እንደተሠወሩ ሁሉ፣ ያም የኮሚኒስቶች አመጽ እንቅስቃሴ ከኬንያ በስተሰሜን ወደምትገኘዋ ሱማሌና፣ ውሎ አድሮም ኢትዮጵያ መሸጋገሩ ሐቅ ነው፡፡

እነሆ ኬንያ ግን ይኸው እስከዛሬ በተረጋጋ መልኩ፣ የመንግሥት ሽግግር እያደረገች በብልጽግና ጎዳና የምትራመድ አገር ናት፡፡ የእግዚአብሔርም መንፈስ ያልተለያት በመሆኑ፣ መሪዎች ራሳቸውን ለክርስትና መርሆዎች ያስገዙ ናቸው፡፡

ይህም በስተምዕራብ ኬንያ በሚገኘው፣ መምህራን ማሠልጠኛ ተቋም አዳራሽ ውስጥ፣ ከብዙ ዓመታት በፊት በኅብረት ላደረስነው ጸሎትና በተለይም ለዚያ አስተርጓሚዬ በመንፈስ ቅዱስ ለተገለጸለት ራዕይ ማስተማመኛ ነው፡፡

ታዲያ እግዚአብሔር የነገርነውን የማይዘነጋ፣ የለመንነውን የማይረሳ አምላክ እስከሆነ ዘንድ፣ እርስዎስ ለአገርዎ ደህንነት አልፎ አልፎ እንኳን ይፀልዩ ይሆን???

6

ጾም - የጸሎት መንፈሳችንን ያጠናክረዋል

በዚህ ርዕስ ላይ ጠልቀን ከመወያየታችን በፊት፤ በቅድሚያ ስለ ጾም ትርጉም በአጭሩ መረዳት ይኖርብናል፡፡ ጾም ማለት መንፈሳዊ ብቃትን ለመቀዳጀት ይቻለን ዘንድ፤ ለተወሰነ ጊዜ እህል ውሃ ከመቅመስ መታቀብ ማለት ነው፡፡ በዚህንም ወቅት የጸሎት መንፈሳችን ወደ በለጠ የምጥቀት ደረጃ፤ እንደሚሸጋገርና ከእግዚአብሔርም ጋር ያለን ግንኙነት እንደሚሰምር፤ በሃይማኖት አባቶች ተረጋግጧል፡፡ ይህንንም በተመለከተ በመጽሐፍ ቅዱስ ውስጥ፤ የሰፈሩልንና ምስክርነቶችና እንደዚሁም፤ አስተምህሮዎች እንደሚከተለው ደረጃ በደረጃ እናያለን፡፡

የክርስቶስ ትምህርትና ምሳሌነት

የጾምን ጠቀሜታ በተመለከተ፤ ከማንኛውም የመጽሐፍ ቅዱስ ክፍል ይልቅ፤ የበለጠ አጉልቶ የሚያሳየን የተራራው ስብከት ነው፡፡ በዚህ በማቴዎስ ወንጌል 6፡1-18 ላይ በሰፈረው ትምህርቱ፤ ክርስቶስ ለደቀመዛሙርቱ ስለ ምጽዋት፤ ስለ ጸሎትና ስለ ጾም ጠቀሜታ፤ ክርስቶስ በተራ አስገንዝቧቸዋል፡፡ እንደዚሁም እነዚህን ክርስቲያናዊ ተግባራት የሚፈጽሟቸው፤ በሰው ለመታየትና አድናቆትን ለማትረፍ ያህል ሳይሆን፤ በስውር ሊሆን እንደሚገባውም አሳስቧቸዋል፡፡

ከዚህም በማቴዎስ 6፡1-18 ላይ የተራራው ስብከት በመባል ከሚታወቀው፤ ታላቁ የክርስቶስ አስተምህሮ ጥቂቱን ብቻ በምሳሌነት እንጠቅሳለን፡፡
‹‹ለሰዎች ትታዩ ዘንድ ምጽዋታችሁን በፊታቸው አታድርጉ›› ቁ.1

‹‹ስትጸልዩም እንደ ግብዞች አትሁኑ፤ ለሰው ይታዩ ዘንድ በምኩራብና በመንገድ ማዕዘን ቆመው መታየት ይወዳሉና›› ቁ.5

‹‹ስትጦሙም እንደ ግብዞች አትጠውልጉ፤ ለሰዎች እንደ ጦመኛ ሊታዩ ፊታቸውን ያጠፋሉና›› ቁ.16

እንደ ጸሎት ሁሉ ጾምም፤ ከክርስቶስ በፊት በነበሩት አይሁዳውያን ዘንድ፤ የተለመደ ነበር፡፡ ማለትም ከቀደምቱ የሙሴ ተከታዮች አንስቶ፤ በክርስቶስም ዘመን ፈሪሳውያንና የመጥምቁ ዮሐንስ ደቀመዛሙርት በመባል የሚጠሩት ወገኖች ጭምር፤ አክራሪ ጾመኞች እንደነበሩ መጽሐፍ ቅዱስ ያረጋግጥልናል፡፡ ከዚህም የተነሣ በክርስቶስ ተከታዮች ላይ፤ስለ

ሰነዘሩት ትችትና ጌታም ስለ ሰጣቸው መልስ፤ ወንጌላዊው ማርቆስ የሚከተለውን ያስነብበናል፡፡

‹‹ . . . መጥተውም፡- የዮሐንስና የፈሪሳውያን ደቀመዛሙርት የሚጦሙት አንተ ደቀ መዛሙርት ግን የሚጦሙት የአንተ ደቀ መዛሙርት ግን የማይጦሙት ስለምንድር ነው? አሉት፡፡ ኢየሱስም አላቸው፡- ሙሽራው ከእነርሱ ጋር ሳለ ሚዜዎች ሊጦሙ ይችላሉን? ሙሽራው ከእነርሱ ጋር ሳለ ሊጦሙ አይችሉም፡፡ ነገር ግን ሙሽራው ከእነርሱ የሚወሰድበት ወራት ይመጣል፣ በዚያ ወራትም ይጦማሉ፡፡›› (ማርቆስ 2፡18-20)

እንደምንመለከተው ይህ የኢየሱስ መልስ፤ ተምሳሌታዊ ሲሆን፤ በዚህም ራሱን በሙሽራው ተከታዮቹን ደግሞ በሚዜዎቹ በመመሰል ነው፤ ያቀረበው፡፡ የሙሽራውም ከእነርሱ ጋር መቆየት፤ የክርስቶስን ምድራዊ አገልግሎት ሲያመለክት፤ ከእነርሱ መለየቱ ግን እስከ ዳግም ምጽአቱ ድረስ፤ ወደ ሰማይ በማረግ፤ በዚያ መቆየቱን የሚወክል ነው፡፡ ይህም የሰማይ ቆይታው የአሁኑን የእኛንም ዘመን ጭምር የሚያካትት ስለሆነ፤ ልክ እንደ ደቀ መዛሙርቱ ሁሉ፤ እኛም ልንጾመው እንደሚገባን ነው፤ ጥቅሱ የሚያሳስበን፡፡

እንደዚሁ ሁሉ ጾምን የምንጾመው፤ ጌታ ኢየሱስ ስላዘዘን ከመሆኑም በተጨማሪ፤ ራሱም ጾምን ጾሞ በአርአያነቱ ጭምር ስላሳየን ነው፡፡ ጌታም በዮርዳኖስ ወንዝ በመጥምቁ ዮሀንስ ከተጠመቀ በኋላ፤ በመንፈስ ቅዱስ ምሪት ወደ ምድረ በዳ በመሄድ፤ አርባ ቀናት ጾሟል፡፡ ይህንንም ሉቃስ እንደሚከተለው ዘግቦታል፡፡

‹‹ኢየሱስም መንፈስ ቅዱስ ሞልቶበት ከዮርዳኖስ ተመለሰ፣ በመንፈስም ወደ ምድረ በዳ ተመርቶ፣ አርባ ቀን ከዲያብሎስ ተፈተነ፡፡ በእነዚያ ቀኖች ምንም አልበላም፣ ከተጨረሱም በኋላ ተራበ፡፡›› (ሉቃስ 4፡1-2)

ከዚህ ጥቅስ ልናጤነው የሚገባ፤ አንድ ታላቅ ቁም ነገር አለ፡፡ ይኸውም በቅድሚያ ወደ ምድረ በዳ የሄደው፤ ‹‹በመንፈስ ቅዱስ ተመርቶ›› ሲሆን፤ ሲመለስ ግን ‹‹መንፈስ ቅዱስ ሞልቶበት›› የመሆኑን ሐቅ ነው፡፡ ይህም የሚያስረግጥልን ጌታ በመጾሙ ሳቢያ፤ የመንፈስ ቅዱስ ሙላትን መቀዳጀቱን ሲሆን፤ ይህን መሰሉ በረከት ደግሞ፤ ለእኛም ለተከታዮቹ እንደሚያተርፍልን፤ ጌታ ራሱ በዮሐንስ 4፡12 ላይ፤ ‹‹እውነት እውነት እላችኋለሁ በእኔም የሚያምን እኔ የማደርገውን ሥራ እርሱ ደግሞ ያርጋል›› ሲል፤ ቃል ገብቶልናል፡፡ የእርሱንም ፈለግ እገሌ ከእገሌ ሳንል፤ ሁላችንም ልንከተለው የሚገባ ስለመሆኑ፤ አሁንም በዮሐንስ 13፡16 ላይ ‹‹... ባሪያ ከጌታው አይበልጥም መልእክተኛም ከላከው አይበልጥም›› በማለት፤ አስጠንቅቆናል፡፡ ስለዚህ እኔ ወንጌላዊ ነኝ፣ ... ዲያቆን ነኝ፣ ... መጋቢ ነኝ፣ ... ተራ ምዕመን ነኝ ... ወዘተ በማለት ለመሸሽ ያህል፤ ምክንያት ልንደረድር አይገባም፡፡

የጥንታዊቷ ቤተክርስቲያን ልምድ

ለዚህ ጥናታችን ክፍል መግቢያ ይሆነን ዘንድ፤ የጳውሎስን ልምድ በምሳሌነት መጥቀሱን መርጫለሁ፡፡ ጳውሎስ ለጾም ትኩረት መስጠት የጀመረው፤ ገና በደማስቆ ጉዞው ላይ ጌታ

ከተገለጠለት ጊዜ አንስቶ ነው፡፡ በዚያን ወቅት ጳውሎስ፤ ለሦስት ቀናት ያህል እህል ውሃ ካለመቅመሱም፤ (የሐዋርያት ሥራ 9፡19) በዚሁ መንፈሳዊ ልምዱም እስከ መጨረሻው የገፋበት ለመሆኑ፤ በ2 ቆሮንቶስ 6፡3-10 ላይና እንደዚሁም በ11፡27 ላይ ተብራርቶ እናገኘዋለን፡፡

እንደዚያው ሁሉ የተቀሩትም የአዲስ ኪዳን ክርስቲያኖች፤ ራሳቸውን ለጾም ስለማስገዛታቸው፤ አያሌ ጥቅሶች መደርደር ይቻላል፡፡ ይሁን እንጂ የእነዚህ ክርስቲያኖች በጾም መጠመድ፤ ለግላዊ መንፈሳዊ ብቃታቸው ብቻ ሳይሆን፤ ለኅብረተሰቡም ደህንነት ጭምር፤ እንደነበረ ነው የምንረዳው፡፡ ለዚህም በዓይነተኛ ዘዴነት ይከተሉት የነበረው፤ የኅብረት ጾምን ልማድ ለመሆኑ፤ ሉቃስ እንደሚከተለው ያረጋግጥልናል፡፡

‹‹በአንጾኪያም ባለችው ቤተክርስቲያን ነቢያትና መምህራን ነበሩ፤ እነርሱም በርናባስና ኔጌር የተባለው ስምዖንም፤ የቀሬናው ሉክዮስም፤ የአራተኛው ክፍል ገዥ የሄሮድስም ባለምዋል ምናሔ ሳውልም ነበሩ፡፡ እነዚህም ጌታን ሲያመልኩና ሲጦሙ መንፈስ ቅዱስ፡- በርናባስንና ሳውልን ለጠራኋቸው ሥራ ለዩልኝ አለ፡፡ በዚያን ጊዜም ከጦሙ ከጸለዩም እጃቸውንም ከጫኑ በኋላ አሰናበቱአቸው፡፡›› (የሐዋርያት ሥራ 13፡1-3)

እንግዲህ ከዚህ የምንረዳው፤ ጳውሎስና በርናባስ የአገልግሎት ጸጋን የተላበሱት፤ በዚህን መሰሉን የሕብረት ጾምና ጸሎት አማካይነት እንደሆነ ነው፡፡ ልክ እንደዚያው ሁሉ፤ እነርሱም በተራቸው ይህን ልማድ፤ አዳዲስ በሚያቋቁሟቸው ቤተክርስቲያናት ውስጥ፤ ስለመዛመታቸው አሁንም በዚሁ በሐዋርያት ሥራ ላይ ተገልጾ እናገኘዋለን፡፡

‹‹በዚያችም ከተማ ወንጌልን ሰብከው እጅግ ደቀመዛሙርት ካደረጉ በኋላ፤ የደቀመዛሙርቱን ልብ እያጸኑ በሃይማኖት ጸንተው እንዲኖሩ እየመከሩና፡- ወደ እግዚአብሔር መንግሥት በብዙ መከራ እንገባ ዘንድ ያስፈልገናል እያሉ፡- ወደ ልስጥራና ወደ ኢቆንዮንም ወደ አንጾኪያም ተመለሱ፡፡ በየቤተክርስቲያኑም ሽማግሌዎችን ከሾሙላቸው በኋላ ጦመውም ከጸለዩ በኋላ ላመኑበት ለጌታ አደራ ሰጡአቸው፡፡›› (የሐዋርያት ሥራ 14፡21-23)

እንግዲህ ይህን ክፍለ ትምህርት በአጭሩ ስናጠቃልለው የምንረዳው ነገር፤ እንደምን የጥንቶቹ አባች ለጾምና ለጸሎት በመስጠት፤ የመንፈስ ቅዱስን ጸጋና በረከት ለመቀበል እንደቻሉና ከዚህም የተነሣ ለቆራጥ ተጋድሎ እንደተዘጋጁ ነው፡፡ ይህም በታላቅ አርአያነቱ፤ በዛሬው ጊዜ ለምንገኘው ክርስቲያኖች እንደሚያገለግል አያጠራጥርም፡፡

የጾም ጠቀሜታዎች

በጾም መጠመድ አንድን ክርስቲያን፣ የመንፈስ ቅዱስን ምሪትና ኃይል በተለያየ መልኩ ለመጎናጸፍ ያስችለዋል፡፡ ጾም በአንድ ጎኑ፣ ራስን ለሐዘን ከማጋለጥ ጋር ተመሳሳይ ነው፡፡ የሐዘንተኝነት ስሜት ደግሞ፣ አእምሯችንን እንደሚያስጨንቀው ሁሉ፣ ጾምም እንደዚሁ ሆዳችንን በማስራብ ያቅበጠብጠናል፡፡ ያም ሆኖ ግን ሐዘንም ሆነ ጾም፣ ሁለቱም ጠቃሚ የሚሆኑበት አጋጣሚ አለ፡፡ ለምሳሌ የሐዘንን ጠቀሜታ በማስመልከት ጌታችን በማቴዎስ 5፡4 ላይ

‹‹የሚያዝኑ ብጹአን ናቸው መጽናናትን ያገኛሉና›› በማለት የተገለጸልን ሲሆን፣ እንደዚሁም በኢሳይያስ 61፡3 ላይ፣ ‹‹ . . . በአመድ ፋንታ አክሊልን፣ በልቅሶም ፋንታ የደስታ ዘይት፣ በሐዘንም መንፈስ ፋንታ የምስጋናን መጎናጸፊያ እሰጣቸው ዘንድ፣ ...›› የሚሉ ቃላት ሰፍረው እናገኛለን፡፡

እኛ ክርስቲያኖች ስለ ራሳችንም ችግር ጉስቁልና ሆነ፣ ስለሌሎችም ሥቃይና መከራ ስናስብ፣ በሐዘን መቆራመዳችን አይቀሬ ነው፡፡ ይሁን እንጂ ዓለማውያንም ቢሆኑ፣ በዚያኑ መጠን የየራሳቸው የሆነ ሐዘን እንደሚጋጥማቸው አያጠራጥርም፡፡ ዳሩ ግን የሁለቱ ሐዘን በሚያስገኘው ውጤት የሚለያይ ለመሆኑ፣ ጳውሎስ እንደሚከተለው አነጻጽሮልናል፡፡

‹‹እንደ እግዚአብሔር ፈቃድ የሆነ ሐዘን ጸጸት የሌለበትን፣ ወደ መዳንም የሚደርሰውን ንስሐ ያደርጋልና የዓለም ሐዘን ግን ሞትን ያመጣል፡፡›› (2 ቆሮንቶስ 7፡10)

ጾም በዘመነ ብሉይም የተለመደ ለመሆኑና ታላቅ ዋጋም ሊሰጠው ለመቆየቱ፣ ቀጣዮቹ የዳዊት አባባሎች ግልጽ ያርጉልናል፡፡ ‹‹እኔስ እነርሱ በታመሙ ጊዜ ማቅ ለበስሁ፣ ነፍሴንም በጾም አደከምኋት ...››፣ መዝሙር 34፡13፡፡ ‹‹ነፍሴን በጾም አስመረርሁአት፡፡›› መዝሙር 68፡10

ከላይ የሰፈሩት ሁለት ጥቅሶች ጾም ነፍሳችንን በማስገዛቱ ረገድ፣ የሚጫወተውን ሚና የሚጠቁም ሲሆን፣ እንደዚያው ሁሉ ሥጋዊ ፍላጎታችንን በማርገብ ረገድ፣ የበኩሉን አስተዋጽዖ እንደሚያበረክት፣ ጳውሎስ በመደጋገም ያረጋግጥልናል፡፡

‹‹ነገር ግን ለሌሎች ከሰበክሁ በኋላ ራሴ የተጣልሁ እንዳልሆነ ሥጋዬን እየጎሰምሁ አስገዛዋለሁ፡፡›› (1ቆሮንቶስ 9፡27)

‹‹ሥጋ በመንፈስ ላይ መንፈስም በሥጋ ላይ ይመኛልና፣ እነዚህም እርስ በርሳቸው ይቀዋወማሉ፣ ስለዚህም የምትወዱትን ልታደርጉ አትችሉም፡፡›› ገላትያ 5፡17

ከዚህ የምንረዳው የጀመርነው ጾም በተገቢው ሥርዓት፣ እስከመራነውና በአግባቡ እስከአጠናቀቅነው ድረስ፣ ሥጋችንንና ነፍሳችንን ለመንፈስ ቅዱስ ለማስገዛት እንደሚያስችለን ነው፡፡ በመሆኑም ጾምን እንደቀልድ ወይም

ዋዛ ፈዛዛ በመቁጠር፣ ሲያሰኘን ጀምረን ሲያሰኘን የምናቋርጠው አይደለም፡፡ ልክ

እንደ ጸሎታችን ሁሉ አዘውትረንና በዕቅድ በመመራት፤ ልናሟላው የሚገባ መንፈሳዊ ግዴታ ነው፡፡

ለማጠቃለልም በጾም በጸሎትና በእግዚአብሔር ፈቃድ መካከል፤ ያለውን ግንኙነት ቀጥሎ ባሉት ባለ ሦስት ማዕዘን ሥዕል አማካይነት፤ ልናቀርበው እንችላለን፡፡

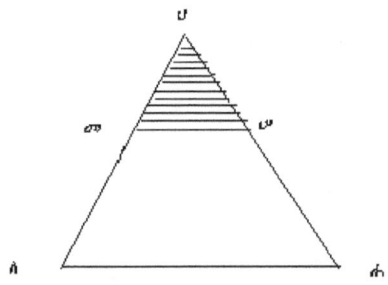

በሀ-መ-ሠ ፈደሎች የተወከለው፤ መላው ሦስት ማዕዘን (ትሪያንግል)፤ የእግዚአብሔርን ፈቃድ የሚወክል ሲሆን፤ ድርብርብ መሥመሮች ያረፉበት ንዑስ ክፍል ሀ-ለ-ሐ ደግሞ፤ በጾምና በጸሎት ልንቀዳጀው የምንችለውን፤ የእግዚአብሔርን ፈቃድ በሚጠቁመን ነው፡፡ እንደዚሁም የተቀረው የሦስት ማዕዘኑ ክፍል፤ ማለትም ለ-መ-ሠ-ሐ እንደሚያመለክተው፤ በጸሎት ብቻ የምንቀዳጀውን ነው፡፡ እንግዲህ ከሥዕሉ እንደምንረዳው፤ በጾምና በጸሎት ኃይል፤ ማናቸውም ልመናችን የሚሟላልን ሲሆን፤ ከዚያን ውጪ ያለው፤ ጥያቄአችን ግን የእግዚአብሔርን ፈቃድ የሚቃረን፤ ማለትም በሦስቱ ማዕዘን ውስጥ ያልታቀፈ ነው፤ ማለት ነው፡፡ ይህም ምን ማለት እንደሆነ፤ በምንባባችን በምንገፋበት ወቅት ግልጽ ይሆንልናል፡፡

7

ጾም - ደህንነትንና ድልን ያላብሳል

በብሉይ ኪዳን ላይ፣ የሠፈሩትን ታሪካዊ መዘክሮች በምንቃኝበት ወቅት፣ ከምንገነዘባቸው ፍሬ ነገሮች መካከል አንዱ፣ የሕብረት ጾምና ጸሎት፣ የቱን ያህል የእግዚአብሔርን እርዳታ እንደሚያቀዳጅን ነው፡፡ ለዚህም በምሳሌነት ያገለግሉን ዘንድ፣ አራቱን ታሪኮች በመምረጥ እንደሚከተለው አቅርበልናል፡፡

ሳይዋጋ ድል ያደረገው ኢዮሳፍጥ

የዚህ የመጀመሪያው ምሳሌያችን ሙሉ ታሪክ፣ በ2ዜና መዋዕል 20፡1-3 ላይ ሠፍሯል፡፡ የአይሁድ ንጉሥ የነበረው ኢዮሣፍጥ፣ አገሩን ለመውረር ታላቅ ሠራዊት ከሶሪያ የዘመተበት መሆኑን የሰማው፣ ለጦርነት ምንም ዝግጅት ባላደረገበት ወቅት ነበር፡፡ ታዲያ ኢዮሳፍጥ የቱንም ያህል ፍርሃትና ጭንቀት ቢወረውም፣ ከወረራው ሊድን የሚችልበት፣ አንድ የተስፋ ጭላንጭል ብቻ ነበር የታየው፡፡ ይኸውም በእግዚአብሔር ረዳትነት የመተማመኑ ጉዳይ ነው፡፡ ከዚህም የተነሣ በዜና መዋዕሉ ላይ፣ እንደሰፈረው ‹‹ ... እግዚአብሔርንም ሊፈልግ ፊቱን አቀና፡፡ በይሁዳም ሁሉ ጾም አወጀ›› 2 ዜና መዋዕል 20፡3፡፡

ኢዮሣፍጥ ይህን ካደረገ በኋላ፣ ነገሮች ሁሉ በተፋጠነ ሁኔታ በመለዋወጥ ነበር፣ ወደ ታሪኩ መቋጫ ያመሩት፡፡ ይህንንም እንደሚከተለው በቅደም ተከተል እናያለን፡፡

በቅድሚያ የምናጤነው፣ መላው የይሁዳ ሕዝብ ለኢዮሣፍጥ አዋጅ በመገዛት፣ እግዚአብሔርን ይፈልጉ ዘንድ በኢየሩሳሌም መሰባሰባቸውን ነው፡፡ (ቁ.4) በዚያንም ወቅት ኢዮሳፍጥ ምን እንዳደረገ ከቀጣዩ ሐተታ እንረዳለን፡፡

‹‹ኢዮሣፍጥም በይሁዳና በኢየሩሳሌም ጉባኤ መካከል በእግዚአብሔር ቤት ውስጥ በአዲሱ አደባባይ ፊት ቆመ፣ እንዲህም አለ፡- አቤቱ የአባቶቻችን አምላክ ሆይ፣ በሰማይ ያለህ አምላክ አንተ አይደለህምን? የአህዛብንስ መንግሥታት ሁሉ የምትገዛ አንተ አይደለህምን? ኃይልና ችሎታ በእጅህ ነው፣ ሊቋቋምህ የሚችል የለም፡፡ ... የአሞንና የሞዓብ ልጆች የሴይርም ተራራ ሰዎች፣ እነሆ፣ ለወሮታችን ክፉት ይመልሱናል፣ ከሰጠኸንም ርስት ያወጡን ዘንድ መጥተዋል፡፡ አምላካችን ሆይ አንተ አትፈርድባቸውምን ይህን የመጣብንን ታላቅ ወገን እንቃወም ዘንድ አንችልም፣ የምናደርገውንም አናውቅም፣ ነገር ግን ዓይኖቻችን ወደ አንተ ናቸው፡፡›› (ቁ. 5-12)

ኢዮሣፍጥ ይህን ጸሎቱን ካደረሰ በኋላ፤ ‹‹ ... ይሁዳን ሊወጉ በሚመጡት በሞዓብ ልጆች በሴይርም ተራራ ሰዎች ላይ፤ እግዚአብሔር ድብቅ ጦርን አመጣባቸው፤ እነርሱም ተመቱ›› ቁ.22 ከዚያን በኋላም ‹‹የኢዮሣፍጥም መንግሥት ጸጥ አለች፤ አምላኩም በዙሪያው ካሉ አሳረፈው›› ቁ.30፡፡

ይህ መጽሐፍ ቅዱሳዊ ሐተታ ለእኛ ለክርስቲያኖች የሚከተሉትን ሦስት ታላላቅ ትምህርቶች ያተላልፍልናል፡፡

አንደኛ፡- ልክ በኢዮሣፍጥ ዘመን እንደተነሱት ጸረ አይሁዳውያን ጠላቶች ሁሉ፤ ዛሬም በክርስቲያኖች ላይ ይህ ነው ያልተባለ የቃላትና የጉልበት ፈተና እየተሰነዘረባቸው ነው፡፡ ይሁን እንጂ ያንን አይበገሬውንና በኢዮሣፍጥ ላይ፤ ዘመቻ የከፈተውን የሶሪያ ጦር፤ እግዚአብሔር እርስ በእርስ በማባላት እንዳወደመው ሁሉ፤ አሁንም በክርስቲያኖች ላይ የሚካሄደውን የተለያየ ዘመቻ፤ እግዚአብሔር በረቀቀ መንገድ እንደሚያከሽፈውና ለክርስቲያኖች ድልን እንደሚቀዳጅ ነው፤ የኢዮሣፍጥ ታሪክ የሚያበስረን፡፡

ሁለተኛ፡- ሌላው የኢዮሣፍጥ ታሪክ የሚያስተላልፍልን ትምህርት፤ ለአንድ ለምናቅደው ነገር መሳካት፤ የቱን ያህል የመንፈስ ቅዱስ ምሪት እንደሚያሻን ነው፡፡ ይህንንም አቋማችንን ያጠናክርልን ዘንድ፤ በ2ኛ ዜና መዋዕል 20፡14-18 ያለውን ማንበቡ ጠቃሚ ነው፡፡ በዚህ የምንባብ ክፍል ውስጥ፤ እንደምን የእግዚአብሔር መንፈስ ከአሣፍ ወገን በሆነው፤ በሌዋዊው በማታንያ ልጅ በይዒኤል ላይ በመውረድ፤ አይሁዳውያን እንዳጽናናቸውና እንዳበረታታቸው፤ ብሎም ያለ ምንም ጦርነት ድልን እንደሚቀዳጁ እንዳረጋገጠላቸው እናያለን፡፡ ይህን መሰሉ የመንፈስ ቅዱስ ስጦታ ደግሞ፤ ለቤተክርስቲያንም የተቸራት ነው፡፡ ለምሳሌ በ1ቆሮንቶስ 1፡7-8 ላይ ጳውሎስ የሚከተለውን ምሥጋና በቆሮንቶስ አማንያን ስም፤ ለእግዚአብሔር እንዳቀረበ እንመለከታለን፡፡

‹‹እንደዚህ የጌታችንን የኢየሱስ ክርስቶስ መገለጥ ስትጠባበቁ አንድ የጸጋ ስጦታ እንኳ አይጎድልባችሁም፤ እርሱም ደግሞ በጌታችን በኢየሱስ ክርስቶስ ቀን ያለ ነቀፋ እንድትሆኑ እስከ ፍጻሜ ድረስ ያጸናችኋል፡፡››

እንደዚሁ ሁሉ ጴጥሮስም በሐዋርያት ሥራ ውስጥ፤ የኢዮኤልን ትንቢት ጠቅሶ የመንፈስ ቅዱስን አጋርነት፤ አጉልቶ እንዳሳየ የምናጤነው ነው፡፡
‹‹እግዚአብሔር ይላል፡- በመጨረሻው ቀን እንዲህ ይሆናል ሥጋ በለበሰ ሁሉ ላይ ከመንፈሴ አፈስሳለሁ፤ ወንዶችና ሴቶች ልጆቻችሁም ትንቢት ይናገራሉ፤ ጎበዞቻችሁም ራዕይ ያያሉ፤ ሽማግሌዎቻችሁም ሕልም ያልማሉ፤ ደግሞም በዚያች ወራት በወንዶችና በሴቶች ባሪያዎቼ ላይ ከመንፈሴ አፈስሳለሁ ትንቢትም ይናገራሉ፡፡›› (የሐዋርያት ሥራ 2፡17-18)

ሦስተኛ፡- አሁንም የኢዮሣፍጥ ታሪክ የሚያረጋግጥልን፤ ሦስተኛው ቁም ነገር እንደምን በሥጋዊ (ዓለማዊ) ኃይል ላይ፤ መንፈሳዊ ኃይል የበላይነት እንዳለው ነው፡፡ ይህንንም በማስመልከት ጳውሎስ በ2ቆሮንቶስ 10፡4 ላይ፤ ‹‹እንደ ሰው ልማድ አንዋጋም፤ የጦር

ዕቃችን ሥጋዊ አይደለምና፣ ምሽግን ለመስበር ግን በእግዚአብሔር ፊት ብርቱ ነው›› በማለት፤ የመንፈሳዊን ኃይል የበላይነት አረጋግጦልናል፡፡

ምናልባትም እዚህ ላይ የሚነሳው ጥያቄ፤ ለመሆኑ ኢዮሣፍጥ የተጠቀመባቸው መንፈሳዊ መሣሪያዎች፤ የትኞቹ ናቸው? የሚለው ሊሆን ይችላል፡፡ ለዚህም በግልጽ ሰፍሮ የምናገኘው መልስ፤ አንደኛ የሕብረት ጾም፣ 2ኛ የጋራ ጸሎት፣ 3ኛ የመንፈስ ቅዱስ አጋርነት፣ 4ኛ የህዝቡ በአንድነት ለአምልና ለምሥጋና መነሳሳት ሆነው እናገኛቸዋለን፡፡ እነሆም እኛም ክርስቲያኖች በእነዚህ መንፈሳዊ መሣሪያዎች እስከተጠቀምን ድረስ፤ በጠላቶቻችን ላይ ትንግርታዊ የሆኑ ድሎችን ለመቀዳጀታችን የማያጠራጥር ነው፡፡

ዕዝራ የተቀዳጀው ሰማያዊ ምሪት

አሁን የሕብረት ጾምና ጸሎት፣ የቱን ያህል ውጤታማ እንደሆነ ለማሳየት፤ ከመጽሐፍ ዕዝራ ቀጣዩን ጥቅስ በቅድሚያ እንመለከታለን፡፡

‹‹በአምላካችን ፊት ራሳችንን እናዋርድ ዘንድ፣ ከእርሱም የቀናውን መንገድ ለእኛና ለልጆቻችን ለንብረታችንም ሁሉ እንለምን ዘንድ፤ በዚያ በአኅዋ ወንዝ አጠገብ ጾም አወጅሁ፡፡ ንጉሡንም፡- የአምላካችን እጅ በሚሹት ሁሉ ላይ ለመልካም ነው፤ ኃይሉና ቁጣው ግን እርሱን በሚተው ሁሉ ላይ ነው፤ ብለን ተናግረን ነበርና በመንገድ ካለው ጠላት ያድኑን ዘንድ ጭፍራና ፈረሰኞች ከንጉሡ እንለምን ዘንድ አፍሬ ነበርና፡፡ ስለዚህም ነገር ጾምን፣ ወደ እግዚአብሔርም ለመንን፤ እርሱም ተለመነን›› (ዕዝራ 8፡21-23)

ዕዝራ በባቢሎን የነበሩትን እሥራኤላውያን፤ ወደ ኢየሩሳሌም ለመመለስ በአቀደበት ወቅት፣ የንጉሡን ፈቃድ ጠይቆ ነበር፡፡ እንደ ጥያቄው ንጉሡ ቢስማማም፤ ሆኖም በመንገድ ላይ ሊያጋጥማቸው የሚችለውን ሽፍታና ወንበዴ ለመቋቋም፤ አጃቢ ወታደሮች እንዲመደቡላቸው እንደሚያሻ፤ ለዕዝራ ገልጾለት ነበር፡፡ ዕዝራ ግን ለንጉሡ የሰጠው መልስ፤ ‹‹እኛ የሕያው እግዚአብሔር ባሪያዎች ነን በመሆኑም እርሱ አምላካችን በመንገዳችን ላይ ሁሉ ጥላ ከለላ ስለሚሆነን ሌላ እርዳታ አንሻም›› የሚል ነበር፡፡

በዚህ አቋሙም እስከ መጨረሻው የጸናው ዕዝራ፤ ያረገው ነገር ቢኖር፤ በቅድሚያ ሕዝቡን ‹‹በጾም›› እንዲጠመድ ማሳሰብና ከዚያም በኋላ፤ ወደ ኢየሩሳሌም በሰላም ያደርሳቸው ዘንድ፤ በጸሎታቸው እንዲማጸኑት ማድረግ ነው፡፡

ከዚህም የተነሣ ሕዝቡ ትዕዛዙን በመቀበል ስለተባበሩት፤ እንደ ኢዮሣፍጥ ሁሉ እርሱም ባቀደው ዓላማ፤ ሕዝቡን በሰላም በመምራት ኢየሩሳሌም ለመግባት ችሏል፡፡

በአጭሩ ዕዝራ ያንን ሁሉ ሕዝብ፤ ያለምንም አደጋና ችግር በረሃ በማቋረጥ፤ ለድል ያበቃው በራሱና በአማካሪዎቹ መለኛነትና ዘዴኛነት ሳይሆን፤ በሰማያዊ ምሪት መሆኑን ነው፤ ከዚህ ታሪክ የምንረዳው፡፡

የአይሁድን ዘር ከውድመት ያዳነችው አስቴር

የጾምን ጠቀሜታ እጅግ አጉልቶ የሚያሳየን፣ ይህ ታሪክ ደግሞ በመጽሐፍ ቅዱስ አስቴር ምዕራፍ 4 ላይ የሚገኝ ነው፡፡ በዚህ ታሪክ ውስጥ፣ በአይሁድ ዘር ላይ ምንጊዜም ተቃጥቶ የማያውቅ የጥፋት ዘመቻ፣ መታወጁን እንመለከታለን፡፡ ምናልባትም በጸረ አይሁዳዊ አቋሙ ተወዳዳሪ ያልተገኘለት ይህ ዘመቻ እንዲከሽፍ የተደረገው በጾም ነው፡፡ ወይም ሌላ ሐሳብ ታክሎበት ቢታሠር፣ የዚህን መሰሉ የአይሁድ ሕዝብ ጾምና ጸሎት ምን እንደሆነ፣ በመጽሐፈ አስቴር ላይ ባሉት ቀጣዮቹ ምዕራፎች ላይ ተዘርዝሯል፡፡ በአጭሩ ለመግለጽ ያህል ግን፣ አይሁዳውያንን ለመጨፍጨፍ ተቀነባብሮ የነበረው የፔርሺያኖች ዕቅድ፣ እንደከሸፈና ለሤራውን ጠንሳሽ የሆነው ሐማ፣ ከነልጆቹ አንደሞተ እንመለከታለን፡፡ ቤተመንግሥቱንም እንደምን፣ አስቴርና መርዶክዮስ ሊቆጣጡት አንደበቁም እናስተውላለን፡፡

ከዚህም የተነሣ አይሁዳውያን ከጭፍጨፋ የዳኑበትን ያንን ተአምረኛ ቀን፣ ‹‹ፉሪም›› የሚባል ስያሜ በመስጠት፣ እነሆ እስከዛሬ ድረስ ይዘከሩታል፡፡ ለዚህም ሕዝባዊ በዓል መንስዔው፣ የሚከተለው አዋጅ ለመሆኑ በመጽሐፈ አስቴር 9፡31-32 ሠፍሮ እናገኘዋለን፡፡

‹‹እነዚህንም የፉሪም ቀኖች፣ አይሁዳዊው መርዶክዮስና ንግስቲቱ አስቴር እንዳዘዙ፣ ለራሳቸውና፣ ለዘራቸውም የጾማቸውንና የልቅሶአቸውን ነገር ለማክበር እንደተቀበሉ፣ በየጊዜያቸው ያጸኑ ዘንድ ጻፉ፡፡ የአስቴርም ትዕዛዝ ይህን የፉሪምን ነገር አጸና በመጽሐፉም ተጻፈ፡፡››

የታላቂቱ ከተማ ነነዌ ከጥፋት መዳን

የጾምን ተአምር ሠሪነት በማስመልከት፣ እስከ አሁን የጠቀስናቸው ሦስቱም ምሳሌዎች፣ በእሥራኤል ታሪክ ላይ ያተኮሩ ሲሆን፣ የአሁኑ ምሳሌያችን ግን የአሕዛቡ መንግሥት፣ የአሦርና መናገሻ ከተማ ነነዌን የሚመለከት ይሆናል፡፡ መጽሐፍ ቅዱስ እንደሚያብራራልን፣ ይህቺ ከተማ በወቅቱ ከነበሩት ከተሞች ይልቅ፣ ጭካኔ የነገሠባት፣ ደም እንደ ውሃ የሚፈስባት፣ ዝርፊያ፣ አመንዝራነት የተስፋፋባትና ባዕድ አምልኮ የተንሰራፋባት ነበረች፡፡ ይሁን እንጂ የቅጣት እጁን፣ በከተማዋ ላይ ከመቃጣቱ በፊት፣ነቢዩ ዮናስን ወደ ከተማዋ በመሄድ ሕዝቡን ንስሐ እንዲገባ እንዲመክርና እንዲያስጠነቅቅ አዘዘው፡፡

ሆኖም ዮናስ የእሥራኤል ቀንደኛ ጠላት ወደ ሆነችው፣ ነነዌ በመሄድ የእግዚአብሔርን የምህረት መልእክት ለማስተላለፍ አልፈለገም፡፡ እንዲያውም ምኞቱ ከተማዋ በኃጢአቷ ሳቢያ እንድትወድም ስለነበር፣ ከእግዚአብሔር ፊት ለመኮብለል ወደ ተርሴስ በመርከብ ተጓዘ፡፡ ዳሩ ግን ይህ እንዳልተሳካለትና በዓሣ ነባሪ ሆድ ውስጥ ሆኖ፣ ወደ ነነዌ እንደተወሰደ በትንቢተ ዮናስ ምዕራፍ 1 እና 2 ላይ በዝርዝር ተገልጾ እናገኘዋለን፡፡

ዮናስ ከዓሣ ነባሪው ሆድ ተተፍቶ ከነነዌ ከተማ በደረሰ ጊዜ፣ በእግዚአብሔር እንደታዘዘው ሕዝቡን ለንስሐ አነሳሳ፡፡ ይህም ያስገኘውን ውጤት በዝርዝር ለመከታተል ይቻለን ዘንድ፣ ቀጣዩን ክፍል በቀጥታ ከትንቢተ ዮናስ እንጠቅሳለን፡፡

‹‹የነነዌም ሰዎች እግዚአብሔርን አመኑ፤ ለጾም አዋጅ ነገሩ፣ ከታላቁም ጀምሮ እስከ ታናሹ ድረስ ማቅ ለበሱ፡፡ ወሬውም ወደ ነነዌ ንጉሥ ደረሰ፤ እርሱም ከዙፋኑ ተነስቶ መጎናጸፊያውን አወለቀ ማቅም ለበሰ፣ በአመድም ላይ ተቀመጠ፡፡ አዋጅም አስነገረ፣ በነነዌም ውስጥ የንጉሡንና የመኳንንቱን ትእዛዝ አሳወጀ፣ እንዲህም አለ፡- ሰዎችና እንስሶች ላሞችና በጎች አንዳችን አይቅመሱ፤ አይሰማሩም ውሃንም አይጠጡ፤ ሰዎችና እንስሶችም በማቅ ይከደኑ፣ ወደ እግዚአብሔርም በብርቱ ይጩኹ፤ ሰዎችም ሁሉ ከክፉ መንገዳቸውና በእጃቸው ካለው ግፍ ይመለሱ፡፡ እኛ እንዳንጠፋ እግዚአብሔር ተመልሶ ይፀፀት እንደሆን፣ ከጽኑ ቁጣውም ይመለስ እንደሆነ ማን ያውቃል? (ዮናስ 3፥5-9)

ልክ በንጉሡ አዋጅ ላይ እንደ ሰፈረው ሁሉ፤ የነነዌ ከተማ ነዋሪዎች ብቻ ሳይሆን፤ እንስሳቱ አዕዋፍ የቤት እንስሳ አይደሉም፡፡ በጾም ወቅት ከእህል ሊከለከሉ አይችሉም፡፡ ጭምር ለሦስት ቀናት፤ እህል ውሃ ሳይሉ በጾም እንደተጠመዱ ነበር ያሳለፉት፡፡ ጥፋተኛነታቸውንም በማመን፣ በእግዚአብሔር ፊት በንስሐ በመመላለሳቸው፤ ከተቃጣባቸው ጥፋት ለመዳን ችለዋል፡፡

ይህንንም የእግዚአብሔር ይቅር ባይነት በማስመልከት፤ አሁንም በትንቢተ ዮናስ 3፥10 ላይ፤ የሠፈሩትን የሚከተሉትን ቃላት እናገኛለን፡፡

‹‹እግዚአብሔርም ከክፉ መንገዳቸው እንደተመለሱ ሥራቸውን አየ፤ እግዚአብሔርም ያደርግባቸው ዘንድ በተናገረው ክፉ ነገር ተጸጽቶ አላደረገውም፡፡››

በከርሠ ምድር ጥናት ተመራማሪዎች እንደተደረሰበትና በታሪክ መዘክርም ላይ እንደሰፈረው፤ በእርግጥም ነነዌ ከተቃጣባት መቅሠፍትና ጥፋት፤ በመዳን ለብዙ ዓመታት የበለጸገች ከተማ ሆና ለመቆየት ችላለች፡፡ ይኸውም በነቢዩ ናሆምና ዘፋንያ ስለ ከተማዋ ጥፋት፤ ድጋሚ እስከተተነበየበት እስከ 612 ዓ/ም (እ.ኤ.አ) የቀጠለ ለመሆኑ፤ የታሪክ ጠበብት ያረጋግጣሉ፡፡

ዛሬስ እግዚአብሔር ምን እያለን ነው?

እግዚአብሔር የነነዌን ሕዝብ የተመለከተበትን የምህረት ዓይን፤ ይበልጥ ግልጽ የሚያደርግልን በትንቢተ ኤርሚያስ 18፥7-10 ላይ፤ የሠፈረው ቀጣዩ የእግዚአብሔር ቃል ነው፡፡

‹‹ስለ ሕዝብ ስለ መንግሥትም እነቅል አፈርስም አጠፋም ዘንድ በተናገርሁ ጊዜ፣ ይህ ስለ እርሱ የተናገርሁበት ሕዝብ ከክፋቱ ቢመለስ፣ እኔ አደርግበት ዘንድ ካሰብሁት ክፉ ነገር እጸጸታለሁ፡፡ ስለ ሕዝብም ስለ መንግሥትም እሰራውና እተክለው ዘንድ በተናገርሁ ጊዜ፣ በፊቴ ክፉን ነገር ቢያደርግ ቃሌንም ባይሰማ፣ እኔ አደርግለት ዘንድ ስለተናገርሁት መልካም ነገር እጸጸታለሁ፡፡››

እግዚአብሔር የመንግሥታትን የወደፊት ዕድል የሚወስነው፤ እንደ የመንግሥታቱ ሁናቴ ነው፡፡ ይኸውም ለቃሉ እስከተገዛ ድረስ፤ በምህረትና በበረከት የሚጎበኛቸው ሲሆን፤

ለግፍና ለበደል የተነሳሳ ከሆነ ግን፤ ለጥፋትና ውድመት ይዳርጋቸዋል፡፡ ይህም ሆኖ ግን መንግሥታት በጥፋታቸው እስከተፀፀቱ ድረስ፤ ይቅር እንደሚላቸው ነው፡፡

ለምሳሌ ከላይ እንደተመለከትነው፤ የነነዌ ከተማ ሕዝቦች የቱንም ያህል ለኃጢአትና ለርኩሰት የተጋለጡ ቢሆንም፤ ዳሩ ግን በነቢዩ ዮናስ በተሰጣቸው ማሳሰቢያ መሠረት፤ ከንጉሡ ጀምሮ እስከ ተራው ሰው ድረስ፤ በጾም በጸሎት በመጠመዳቸው፤ እግዚአብሔር ይቅር እንዳላቸው ነው፡፡ በዚያኑ አንጻር ደግሞ የሰሜኑ የእስራኤል መንግሥት፤ ስለ ግፍና በደሉ እንደ አሞጽ፤ ሚክያስ፤ ኢሳይያስና ሆሴዕ በመሳሰሉት ነቢያት፤ ምክርና ተግሳጽ ቢሰጠውም፤ ከዚያም አልፎ ለቅጣት የመዳረጊያው ጊዜ ስለቀረበ፤ ማስጠንቀቂያ ቢነገረውም፤ አሻፈረኝ በማለቱ በ721 ዓ/ዓ በአሦራውያን ሊወረርና ሕዝቡም ለዝንተ ዓለም ለስደት ሊዳረግ በቅቷል፡፡

ይህ ታላቅ ታሪካዊ ክስተት፤ ለዛሬውም ክርስቲያኖች የሚያሳስበን ቁም ነገር፤ በስም ክርስቲያኖች መባላችን ብቻ፤ ከእግዚአብሔር ፍርድና ቁጣ ሊከላከልልን አለመቻሉን ነው፡፡ በመሆኑም በማናቸውም ጊዜ የእግዚአብሔርን ቃል፤ ልናከብር በጥፋታችንም ተጸጽተን ይቅርታ ልንጠይቅ እንደሚገባ ነው፡፡ ልክ እንደ ነነዌ ሕዝብ ሁሉ፤ በጾም በጸሎት ተጠምደን እግዚአብሔርን እስከተጠማን ከማንኛውም መዓት፤ እንደሚያድነን እርግጠኞች ልንሆን እንችላለን፡፡

8

ጾም - ለኋለኛው የእግዚአብሔር ዝናብ ሁኔታዎችን ያመቻቻል

በመጽሐፍ ቅዱስ ውስጥ የምንገነዘበው፣ ከዳር እስከዳር ሠፍረው የምንገኛቸው፣ በነቢያቱ አንደበት የተነገሩት የእግዚአብሔር ቃላት ሙሉ በሙሉ ተፈጻሚነት እንዳገኙና፣ በመፈጸምም ላይ እንደሚገኙ ነው፡፡ ለዚህ ደግሞ በመሣሪያነት የሚያገለግሉ ሰዎች ስለመሆናቸውም ጭምር እናጤናለን፡፡ እንግዲህ እኛም የእግዚአብሔርን ፈቃድ ለመተግበር፣ እንመረጥ ዘንድ ያለ ማቋረጥ መጾምና መጸለይ ይገባናል ማለት ነው፡፡ ይህንንም በንጹሕ ልቦናና በትጋት እስከፈጸምን፣ ከራሳችንም አልፈን ለአገርና ለወገናችን ጭምር፣ አማላጅ እስከመሆን እንደርሳለን፡፡

የዳንኤል የምልጃ አርአያነት

ለዚህ ርዕስ በማብራሪያነቱ ሊጠቀስ የሚገባው በዳኤል 9፡1-3 ላይ የሠፈረው የራሱ የተሳትፎ ታሪክ ነው፡፡

‹‹. . . በዳርዮስ በመጀመሪያው ዓመት፣ በነገሠ በመጀመሪያው ዓመት እኔ ዳንኤል የኢየሩሳሌም መፍረስ የሚፈጸምበትን ሰባውን ዓመት፣ እግዚአብሔር በቃሉ ለነቢዩ ለኤርሚያስ የተናገረውን የዓመቱን ቁጥር በመጽሐፍ አስተዋልሁ፡፡ ማቅ ለብሼ በአመድም ላይ ሆኜ እጾም እጸልይና እለምን ዘንድ ፊቴን ወደ ጌታ አምላክ አቀናሁ፡፡››

ከዚህ እንደምንመለከተው፣ ዳንኤል ነቢይ ብቻ ሳይሆን ስለተቀሩትም ነቢያት ንግርቶች ጥልቅ ምርምር፣ የሚያካሂድ ሰው ነበር፡፡ ለዚህም ነበር ቀደምቱ የነበረው ኤርሚያስ፣ ‹‹እግዚአብሔር እንዲህ ይላልና፡- ሰባው ዓመት በባቢሎን በተፈፀመ ጊዜ እጎበኛችኋለሁ ወደዚህ ስፍራ እመልሳችሁ ዘንድ መልካሚቱን ቃሌን እፈጽምላችኋለሁ (ኤርሚያስ 29፡10) ሲል ስለተናገረው ትንቢት ጠቅሶ፣ ስለ ጊዜው መዳረስ ራሱም በተራው ያሳሰበው፡፡

ቀደም ሲል በምዕራፍ 4 ላይ እንደተመለከትነው፣ ዳንኤል በመደጋገም ስለ ምልጃ ጸሎት ጠቀሜታ ይነግረናል፡፡ ከነቢዩ ኤርሚያስም ትንቢት በመነሣት፣ የእሥራኤልን መንግሥት ዳግመኛ የመመሥረቻ ጊዜ መቃረቡን በማወቅ፣ በየዕለቱ ሦስት ጊዜ የምልጃ ጸሎት ያደርስ እንደነበረ ነው፡፡ ዳሩ ግን ስለ መንግሥቱ መልሶ መቋቋም ያን የመሰለ ትንቢት እስከተነገረ፣ የአሁኑ የዳንኤል ምልጃ ለምን አስፈለገ? ስንል እንጠይቅ ይሆናል፡፡

ለዚህ ደግሞ ራሱ ዳንኤል ‹‹ማቅ ለብሼ በአመድም ላይ ሆኜ እጾም እጸልይና እለምን ዘንድ ፊቴን ወደ ጌታ አምላክ አቀናሁ›› (ዳንኤል 9፡3) ሲል በመናገር፤ መልሱን ሰጥቶናል፡፡ ከዚህም የምንረዳው የእግዚአብሔር የተስፋ ቃላት ከእርሱ ጋር ያለንን ግንኙነት ይበልጥ እንድናጠናክር፤ የሚገፋፋን እንጂ አንዴ ተናግሯልና ምን አለማመጠን? ወይም መፈጸሙ ለማይቀር ነገር ለምን ደጅ እንጠናለን? በሚል ሊያዘናጋን እንደማይገባ ነው፡፡

እንደዚሁ ሁሉ ከላይ የሠፈረው ጥቅስ፤ የሚያስገነዝበን ሌላው ሐቅ ምልጃን በጸሎት ብቻ የተገታ ሳይሆን፤ ሥጋዊ ድሎቻችንንም ጭምር መሥዋዕት ማድረግ እንደሚጠበቅብን ነው፡፡ ይህንንም መሥዋዕትነት የምንከፍለው፤ ራሳችንን እንደ ጻድቅ ቆጥረን በመኩራራት ሳይሆን፤ ልክ እንደማንኛውም ኃጢአተኛ ሁሉ፤ በጸጸትና እንባችንን በማፍሰስ ጭምር ሊሆን እንደሚገባው ነው፡፡

እግዚአብሔርም ቢሆን በጸሎታችን ወቅት፤ ይህን መሰሉን የትህትና ባህርይ ከልብ የመነጨ ጸጸትና እርሱን የመሻት ጽኑ ፍላጎት እንድናሳይ ይጠብቅብናል፡፡ በአጭሩም በ2ዜና መዋዕል 7፡14 ላይ የሰፈረውም ቀጣዩ ጥቅስ፤ ይህንኑ በአንክሮ የሚያሳስበን ነው፡፡

‹‹በስሜ የተጠሩት ሕዝቤ ሰውነታቸውን አዋርደው ቢጸልዩ ፊቴንም ቢፈልጉ፣ ከክፉ መንገዳቸውም ቢመለሱ፣ በሰማይ ሆኜ እሰማለሁ፣ ኃጢአታቸውንም ይቅር እላለሁ፣ ምድራቸውንም እፈውሳለሁ፡፡››

እንደ እውነቱ ለመናገር ደግሞ እነኝህን መሰሎቹን መለኮታዊ መመዘኛዎች፤ በማሟላት ረገድ ከማናቸውም መጽሐፍ ቅዱሳዊ ገፀ ባህርያት ይልቅ፤ ልቆ የሚታየው ዳንኤል ነው፡፡ ምክንያቱም በወጣትነት ዕድሜው ወደ ባቢሎን ከተጋዘበት ጊዜ አንስቶ፤ ዳንኤልን ለጸሎት በማስገዛቱ፤ እንደምን በቅድሚያ የባቢሎኑና ናቡከደነጾር፤ ከዚያም የፋርሱን ዳርዮስ አስተሳሰብ በእግዚአብሔር ረዳትነት በማስቀየር፤ እሥራኤልን ነጻ ለማውጣት እንደ ቻለ ቀደም ሲል ተመልክተናል፡፡

ይህም በግልጽ የሚያስረዳን፤ ለእግዚአብሔር ቃል ኪዳኖች፣ ትንቢቶች ተፈጻሚነት፣ የሰዎች ምልጃና ልመና የሚያሻ መሆኑን ነው፡፡ ምንም እንኳን ታሪክን ፈጻሚው እግዚአብሔር ለመሆኑ ባያጠራጥርም፤ ዳሩ ግን እኛ በባይተዋርነት ወይም በግዴለሽነት ከዳር ቆመን መመልከት የለብንም፡፡ የምንመኛቸውና የምንጓጓላቸው ነገሮች ሁሉ፤ ተፈጻሚነት ያገኙ ዘንድ፤ ጎራችንን ለይተን ከእግዚአብሔር ጋር መሰለፍ አለብን፡፡

ሦስቱ የኢዮኤል ጥሪዎች

ይህ ክፍለ ትምህርት የሚያተኩረው፤ በእግዚአብሔር ‹‹የኋለኛው ዝናብ›› የተመለሰው መንፈስ ቅዱስ፤ እንደምን በአሁኑ ወቅት በሕዝበ ክርስቲያኑና ብሎም በመላው ዓለም ላይ፤ እየፈሰሰ መሆኑን በማመልከት ላይ ነው፡፡ ይህንንም ታላቅ ትንቢት ያበሰረው፤ ነቢዩ ኢዮኤል ሲሆን እርሱም ለመንፈስ ቅዱስ መውረድ፤ ጾም የሚኖረውን ሚና ሦስት ጊዜ በመደጋገም አጉልቶ አሳይቷል፡፡

እነሆም ከዚህ በመቀጠል በቅድሚያ፤ ስለ መንፈስ ቅዱስ በመላው ዓለም ላይ መውረድና ከበስተጀርባውም ስላለው ስለ እግዚአብሔር ሉዓላዊ ፈቃድ፤ ኢዮኤል የሚነግረንን እናጤናለን፡፡

‹‹ከዚህም በኋላ እንዲህ ይሆናል፤ መንፈሴን በሥጋ ለባሽ ላይ ሁሉ አፈስሳለሁ፤ ወንዶችና ሴቶች ልቻችሁም ትንቢት ይናገራሉ፣ ሽማግሌዎቻችሁም ሕልምን ያልማሉ፣ ጎበዞቻችሁም ራእይ ያያሉ፤ ደግሞም በዚያ ወራት በወንዶችና በሴቶች ባሪዎቼ ላይ መንፈስን አፈስሳለሁ፡፡ በላይ በሰማይ ድንቆችን አሳያለሁ፣ በታች በምድርም ደምና እሳት የጢስም ጭጋግ ታላቁና የሚያስፈራው የእግዚአብሔር ቀን ሳይመጣ ፀሐይ ወደ ጨለማ፣ ጨረቃም ወደ ደም ይለወጣል፡፡ እንዲህም ይሆናል የእግዚአብሔርን ስም የሚጠራ ሁሉ ይድናል፤ እግዚአብሔርም እንደተናገረ፣ በጽዮን ተራራና በኢየሩሳሌም መድኃኒት ይገኛል፡፡ ደግሞም እግዚአብሔር የጠራቸው፣ የምስራች የሚሰበክላቸው›› (ኢዮኤል 2፡28-32)

ልክ በዚህ ትንቢት እንደተነገረው ሁሉ፤ መንፈስ ቅዱስ ለመጀመሪያ ጊዜ በዕለተ ጴንጠቆስጤ በወረደበት ጊዜ፤ ጴጥሮስ የትንቢቱን ተፈጻሚነት በማስመልከት፤ ለደቀመዛሙርቱ ያሳሰበው ይህንኑ የኢዮኤልን የመገለጥ ቃል እንደሚከተለው በመጥቀስ ነበር፡፡

‹‹እግዚአብሔር ይላል፡- በመጨረሻው ቀን እንዲህ ይሆናል፤ ሥጋ በለበሰ ሁሉ ላይ ከመንፈሴ አፈስሳለሁ፣ ወንዶችና ሴቶች ልጆቻችሁም ትንቢት ይናገራሉ ጎበዞቻችሁም ራዕይ ያያሉ፤ ሽማግሌዎቻችሁም ሕልም ያልማሉ ደግሞም በዚያች ወራት በወንዶችና በሴቶች ባሪያዎቼ ላይ ከመንፈሴ አፈሳለሁ፡፡ ትንቢትም ይናገራሉ፡፡›› (የሐዋያት ሥራ 2፡17-18)

ለውድ አንባቢያን በዚህ አጋጣሚ ላስታውስ የምፈልገው፤ በኢዮኤል አባባል ላይ ‹‹ከዚህም በኋላ እንዲህ ይሆናል›› ተብሎ የሰፈረው፤ እንደምን በጴጥሮስ አባባል ላይ ‹‹በመጨረሻው ቀን እንዲህ ይሆናል›› ተብሎ መገለጹን እንዲያተኩሩበት ነው፡፡ ከነዚህም ከሁለቱ አቀራረቦች የምንረዳው፤ ዕለተ ጴንጠቆስጤ የመጨረሻው ቀን መባቻ ወይም መግቢያ መሆኑን በተመሳሳይ ሁኔታም የመንፈስ ቅዱስ መውረድ እስከ ዓለም ፍጻሜ ድረስ የሚቀጥል መሆኑን ነው፡፡

ይህንን ትንቢታዊ ትንተናችንን የሚያጠናክርልን ደግሞ፤ አሁንም በኢዮኤል 2፡23 ላይ የሰፈረው ቀጣዩ ተምሳሌታዊ ገልጻ ነው፡፡

‹‹እናንተ የጽዮን ልጆች፣ አምላካችሁ እግዚአብሔር የፊተኛውን ዝናብ በጽድቅ ሰጥቶአችኋልና፣ እንደቀድሞውም የፊተኛውንና የኋለኛውን ዝናብ አዘንቦላችኋልና በእርሱ ደስ ይበላችሁ፣ ለእርሱም እልል በሉ፡፡››

እንግዲህ እንደዚህ አባባል፤ በዝናብ ተምሳሌትነት የቀረበው መንፈስ ቅዱስ ሲሆን፤ የፊተኛው ዝናብ፤ የፍጻሜውን ዘመን መግቢያ ወይም መባቻ፤ የኋለኛው ዝናብ ደግሞ፤ የዘመኑን መቋጫ ወይም መደምደሚያ የሚያመለክት ነው፡፡ ለዘመኑም መግቢያ የተባለው፤ በዕለተ ጴንጠቆስጤ የመንፈስ ቅዱስን በመጀመሪያዋ ቤተክርስቲያን ላይ መፍሰስ ሲወክል፤

የዘመኑም መቋጫም እንደዚሁ የመንፈስ ቅዱስን በመላው ዓለም፣ ተሰራጭታ በምትገኘው ቤተክርስቲያን ላይ መፍሰስ ያመለክታል፡፡

በኢዮኤል ጊዜ የነበረውን የዓለም ሁኔታ ብናጤን፣ የምንረዳው የእሥራኤላውያን ሕይወት፣ እጅግ የጨፈገገና ተስፋ አስቆራጭ ነበር፡፡ ከዚያም ከጨለመ ሁኔታ የሚላቀቁበት ማናቸውም የዕድል ጭላንጭል ተዘግቶባቸው ነበር፡፡ ይሁን እንጂ እግዚአብሔር ርኅሩኅና መሀሪ ነውና ይቅርታን ሊያላብሳቸው ፈልጎ ነበር፡፡ ይህንንም በረከት የሚቀዳጁበትን መንገድ በመጠቆም ነው፣ ኢዮኤል በምዕራፍ 1፡14 ላይ የሚከተለውን መንፈሳዊ ምክር የለገሳቸው፡፡

‹‹ጾምን ቀድሱ፣ ጉባኤውን አውጁ፣ ሽማግሌዎችንና በምድር የሚኖሩትን ሁሉ ወደ አምላካችሁ ወደ እግዚአብሔር ቤት ሰብስቡ፣ ወደ እግዚአብሔርም ጩኹ፡፡››

በዚህ ጥቅስ ውስጥ የምናገኘው፣ ‹‹ቀድሱ›› የሚለው ቃል የሚጾሙባቸውን ቀን፣ በተለይ እንዲመርጡ የሚያመለክ ሲሆን፣ ይህም ከማንኛውም ተግባር በመለየት፣ ከእግዚአብሔር ጋር ብቻ የሚገናኙበት ሊሆን እንደሚገባ የሚጠቁም ነው፡፡ ኢዮኤል ለጾም ልዩ ክብደት የሰጠው መሆኑ የሚያረጋግጥልን ደግሞ፣ እንደ በፊቱ ሁሉ አሁንም በምዕራፍ 2፡12 ላይ ቀጣዩን ማስጠንቀቂያ ማስፈሩ ነው፡፡

‹‹አሁንስ፣ ይላል እግዚአብሔር፣ በፍጹም ልባችሁ፣ በጾምም፣ በልቅሶና በዋይታ ወደ እኔ ተመለሱ፡፡››

ይህም የሚያመለክተን ለአንድ ሕዝብ፣ ከችግሩና ከጭንቀቱ ሙሉ በሙሉ ለመላቀቅ፣ የምናቀርበው ጸሎት በጾም የታገዘ መሆን እንደሚያሻው ነው፡፡
ኢዮኤል በዚህ ብቻ ሳይገታ፣ የጾምን ጠቀሜታ በማጉላት በዚሁ ምዕራፍ ላይ፣ ለሦስተኛ ጊዜ ሲጠቅሰው እንመለከታለን፡፡ ከቁጥር 15-17 የቀረበው ይህ የኢዮኤል ምክር፣ በተለይ በሕብረት ጾም ላይ ስለማተኮሩም እግረ መንገዳችንን ልንገነዘበው ይገባል፡፡

‹‹በጽዮን መለከትን ንፉ፣ ጾምንም ቀድሱ፣ ጉባኤውን አውጁ፣ ሕዝቡንም አከማቹ፣ ማህበሩንም ቀድሱ፣ ሽማግሌዎቹንም ሰብስብ፣ ሕጻናቱንና ጡት የሚጠቡትን አከማቹ፣ ሙሽራው ከእልፍኙ፣ ሙሽራይቱም ከጫጉላዋ ይውጡ፡፡ የእግዚአብሔርም አገልጋዮች ካህናት ከወለሉና ከመሠዊያው መካከል እያለቀሱ፡- አቤቱ ለሕዝብም ራራ አሕዝብም እንዳይነቅፉአቸው ርስትህን ለማላገጫ አሳልፈህ አትስጥ፣ ከአሕዛብ መካከል፡- አምላካቸው ወዴት ነው? ስለምን ይላሉ? ይበሉ፡፡››

ይህን በኢዮኤል ትንቢት ላይ የተመሠረተ ክፍለ ትምህርት ከማጠቃለላችን በፊት፣ ከልባችን ልንጽፈው ስለሚገባ አንድ ታላቅ ቁም ነገር፣ በድጋሚ ለማስታወስ እወዳለሁ፡፡ ይኸውም በኢዮኤል 2፡25 ላይ ‹‹የሰደድሁባችሁ ታላቁ ሠራዊቴ አንበጣና ደጎብያ ኩብኩባና ተምች የበላቸውን ዓመታት እመልስላችኋለሁ›› ተብሎ እንደተገለጸው ሁሉ መንፈስ ቅዱስ በመጀመሪያዋ ቤተክርስቲያን ምሥረታ፣ (በፊተኛው ዝናብ) አቀዳጅቶን በመሃሉ ግን

በኢአማንያን ተጽዕኖ አጥተናቸው የነበሩትን ስጦታዎችን፣ በአሁኑ በመጨረሻው ዘመን (በኋለኛው ዝናብ ወቅት) በሙላት እየተላበስናቸው መሆኑን ነው፡፡

ስለ ጾም የሚያስተምረን ታላቁ የትንቢተ ኢሳይያስ ምዕራፍ

በብሉይ ኪዳን ላይ በመንተራስ፣ ስለ ጾም የጀመርነውን ጥናታችንን የምንደመድመው፣ ወደ ትንቢተ ኢሳይያስ ምዕራፍ 58 በማምራት ይሆናል፡፡ በዚህ ታላቅ ምዕራፍ ውስጥ፣ ኢሳይያስ ስለ ሁለት ዓይነት ጾሞች ይነግረናል፡፡ ይኸውም ከቁጥር 3 እስከ 5 ባለው ክፍል በእግዚአብሔር ዘንድ ተቀባይነት ስለማይኖረው የጾም ዓይነት፣ ሲተነትንልን ከቁጥር 6 እስከ 12 ባለው ቀጣዩ ክፍል ደግሞ፣ ተወዳጅ ስለሆነው የጾም ዓይነት ይገልጽልናል፡፡

የመጀመሪያው ዓይነት ጾም ስህተት በአመዛኙ የሚመነጨው፣ ከራሱ ከጿሚው ሰው ስግብግብነትና ራስ ወዳድነት ነው፡፡

‹‹ስለምን ጾምን፣ አንተም አልተመለከትኸንም? ሰውነታችንንስ ስለምን አዋረድን፣ አንተም አላወቅህም? ይላሉ፡፡ እነሆ፣ በጾማችሁ ቀን ፈቃዳችሁን ታርጋላችሁ፣ ሠራተኞቻችሁንም ሁሉ ታስጨንቃላችሁ፡፡ እነሆ፣ ለጥልና ለክርክር ትጾማላችሁ በግፍ ጡጫም ትማታላችሁ፤ ድምጻችሁንም ወደ ላይ ታሰሙ ዘንድ ዛሬ እንደምትጾሙት አትጾሙም፡፡ እኔ የመረጥሁት ጾም ይህ ነውን? ሰውስ ነፍሱን የሚያዋርደው እንደዚህ ባለ ቀን ነውን? በውኑ ራሱን እንደ እንግጫ ዝቅ ያደርግ ዘንድ ማቅንና አመድንም በበታች ያነጥፍ ዘንድ ነውን?በውኑ ይህን ጾም በእግዚአብሔር ዘንድ የተወደደ ቀን ትለዋለህን?›› (ኢሳይያስ 58፡3-5)፡፡

በዚህ ጥቅስ ውስጥ የተገለፁትን ሰዎች መሠረታዊ ድክመት ብናጤነው፣ የአስመሳይነት፣ የራስ ወዳድነት፣ የማን አህሎኝነትና ... ወዘተ ስሜቶች መጠናወት ሆኖ እናገኘዋለን፡፡ በዚህን ዓይነቱ መንፈስ የተለከፉት ደግሞ፣ በአመዛኙ የጥንታዊቷ ቤተ መቅደስ አገልጋዮችና ፈሪሳውያን ለመሆናቸው፣ በመጽሐፍ ቅዱስ የተረጋገጠ ነው፡፡ እንግዲህ ይህን መሰሎቹ ግለሰቦች የቱንም ያህል በጾም የተጠመዱ መስለው ለመታየት ቢጥሩም፣ ዳሩ ግን ልፋትና ጥበታቸው በእግዚአብሔር ዘንድ ተቀባይነት አይኖረውም፡፡

እግዚአብሔርን ስለሚያስደስተው የጾም ዓይነት ኢሳይያስ እንደሚከተለው፣ ደረጃ በደረጃ ይገልጻል፡፡ በቅድሚያ የምንመለከተው እንደምን ከበላይ ሹማምንት እስከ ተራው ሕዝብ ድረስ ያሉት፣ የአንድ አገር ነዋሪዎች ጾምን መጀመር ያለባቸው፣ የእርስ በእርስ መተዛዘንና የመረዳዳት መንፈስ ካዳበሩ በኋላ ሊሆን እንደሚገባው ነው፡፡

‹‹እኔስ የመረጥሁት ጾም ይህ አይደለምን? የበደልን እስራት ትፈቱ ዘንድ፣ ቀንበርንስ ጠፍር ትለቅቁ ዘንድ፣ የተገፉትንስ አርነት ትሰደዱ ዘንድ፣ ቀንበሩንስ ሁሉ ትሰብሩ ዘንድ አይደለምን፡፡›› (ቁ.6)

በድጋሚ ኢሳይያስ የሚያሳስበን፣ አንድም ጾም ከመጀመራችን በፊት፣ ለችግረኞችና ለምንዱባን ርኅራኄን ልናሳይ፣ ብሎም ባለን አቅም ሁሉ ልንረዳቸው፣ ፈቃደኛነታችንን ማረጋገጥ እንደሚገባን ነው፡፡

‹‹እንጀራህንስ ለተራበ ትቆርስ ዘንድ፣ ስደተኞቹን ድሆች ወደ ቤትህ ታገባ ዘንድ፣ የተራቆተውንስ ብታይ ታለብሰው ዘንድ፣ ከሥጋ ዘመድህ እንዳትሸሸግ አይደለምን፡፡›› (ቁ.7)

እንግዲህ በዚህን መሰሉም መንፈስ እስከተመራን፤ የምንጸመው ጾም በእግዚአብሔር ዘንድ በእርግጥ ተቀባይነት እንደሚኖረው ነው፤ አሁንም ኢሳይያስ የሚያስገነዝበን፡፡

በመጨረሻም ላይ ኢሳይያስ ልናስወግዳቸው የሚገባውን እነዚህን ድክመቶች፤ በአግባቡ እስከተወጣን የምንጸመው ጾም ቀጣዮቹን የእግዚአብሔር ጸጋና በረከቶች እንደሚያቀዳጀን ያበሥረናል፡፡

‹‹የዚያን ጊዜ ብርሃንህ እንደ ንጋት ይበራል፣ ፈውስህም ፈጥኖ ይበቅላል፣ ጽድቅህም በፊትህ ይሄዳል፣የእግዚአብሔርም ክብር በኋላህ ሆኖ ይጠብቅሃል፡፡ የዚያን ጊዜ ትጠራጠራለህ እግዚአብሔርም ይሰማሃል፤ ትጮሃለህ እርሱም፡- እነሆኝ ይልሃል፡፡ ከመካከልህም ቀንበርን ብታርቅ፣ ጣትህንም መጥቀስ ብትተው፣ ባታንጎራጉርም ነፍስህንም ለተራበ ብታፈስስ፣ የተጨነቀውንም ነፍስ ብታጠግብ፣ ብርሃንህ በጨለማ ይወጣል፡፡ ጨለማህም እንደ ቀትር ይሆናል፡፡›› (ኢሳይያስ 58፣8-10)

ይህ በኢሳይያስ የተገለጸልን የተስፋ ቃል፤ በሌላውም ነቢይ በሚልክያስ በሚከተለው መልኩ፤ ተረጋግጦ እናየዋለን፡፡

‹‹ነገር ግን ስሜን ለምትፈሩት ለእናንተ የጽድቅ ጸሐይ ትወጣላችኋለች፣ ፈውስም በክንፎቿ ውስጥ ይሆናል፤ እናንተም ትወጣላችሁ፣ እንደ ሰባም እምቦሳ ትፈነጫላችሁ›› (ሚልክያስ 4፣2)

ከላይ በዝርዝር ካቀረባው ባርኮቶች በተጨማሪም፤ እግዚአብሔር ሕይወታችንን የተረጋጋ ብሩህና ፍሬያማ እንደሚያደርገው በመተማመን፤ ኢሳይያስ የሚከተለውን ያስነብበናል፡፡

‹‹እግዚአብሔርም ሁልጊዜ ይመራሃል፤ ነፍስህንም በመልካም ነገር ያጠግባታል አጥንትህንም ያጠናል፤ አንተም እንደሚጠጣ ገነት፣ ውኃውም እንደማያቋርጥ ምንጭ ትሆናለህ፡፡›› (ቁ.11)

በመጨረሻም ላይ ኢሳይያስ የሚያበሥረን፤ የቱን ያህል ሕይወታችን እንደሚታደስና ለሌሎችም አጋርና አለኝታ እንደምንሆን ነው፡፡

‹‹ከድሮ ዘመን የፈረሱት ስፍራዎች ይሠራሉ፣ የብዙ ትውልድም መሠረት ይታነጻል፤ አንተም፡- ሰባራውን ጠጋኝ፣ የመኖሪያ መንገድን አዳሽ ትባላለህ፡፡›› (ቁ.12)

እንግዲህ ከእነኚህ ሁሉ ጥቅሶች የምንረዳው፤ ልክ እንደ ኢዮኤል ሁሉ፤ ኢሳይያስም በጾምና በእግዚአብሔር ሕዝብ ተሃድሶ መካከል፤ የቀረበ ትስስር እንዳለ የሚያምን መሆኑን ነው፡፡ ኢሳይያስ መልእክቱን የሚያጠቃልለውም፤ የፈረሱት ሥፍራዎች ይታደሳሉ . . . ሰባራው

ይጠገናል . . . የመኖሪያ መንገድም ይጠገናል . . .›› በሚሉት፣ አዎንታዊና ገንቢ ሐረጎች ስለመሆኑም፣ ምንጊዜም ከጎሊናችን ሊፋቅ አይገባም፡፡

ይህንንም እስከተገነዘብን ድረስ፣ በማንኛውም ጊዜ ሊቀርብልን ለሚችል ችግር፣ ቁርጥ ያለና ጤናማ መልስ መስጠቱ እንደማይከብደን ነው፡፡

በመጨረሻም እግዚአብሔር በሕዝቅኤል 22፡30 ላይ፣ እንደሚከተለው ሕዝቡን ያስጠነቅቀናል፣ ‹‹ቅጥርን የሚጠግን፣ ምድሪቱንም እንዳላጠፋት በሰፈረበት በኩል በፊቴ የሚቆምላትን ሰው በመካከላቸው ፈለግሁ፣ ነገር ግን አላገኘሁም›› ታዲያ ዛሬም ቢሆን፣ እግዚአብሔር ከመካከላችን ለማግኘት የሚፈልገው ይህን ዓይነቱን ሰው ነው፡፡

ታዲያ የዘመናችን እውነታ ይህ እስከሆነ ዘንዳ፣ እኛስ የሚጠበቅብንን ኃላፊነት ለመወጣት የቱን ያህል ዝግጁ ነን? ይህንንስ ግዴታ ለማሟላት፣ በእግዚአብሔር ዘንድ የሚጠበቅብንን የብቃት ደረጃ ተቀዳጅተናል ወይ? ራሳችንንስ ለአምላካችን ለማስገዛት፣ የቱን ያህል ነው ለጾምና ለጸሎት የተሰጠነው? ከሌሎችስ ወንድም ክርስቲያኖች ጋር፣ የሕብረት ጾምና ጸሎት ለማካሄድ ዝግጁ ነን ወይ?

ለእነኝህ ጥያቄዎች አዎንታዊ መልስ ለመስጠት፣ ዛሬውኑ ጀምሮ ዝግጁ እንሁን! ቅድስናን እንላበስ ዘንድ ያለማቋረጥ እንጹም እንጸልይ! የአማንያንንም የጋራ ግንባር ለመፍጠር ያላሰለሰ ጥረት እናድርግ!

9

ጾምን ለመለማመድ የሚረዱ ተግባራዊ መመሪያዎች

በዛሬው ጊዜ ጾም በአብዛኞቹ ክርስቲያን ነን ባዮች ዘንድ፣ እንደ ሃይማታዊ ሥርዓት በመቆጠር ምትክ እንደ አጉል ልማድ ተወስዶ፣ እየተናቀና እየተወገዘ ብሎም እየተረሳ ነው፡፡ እኔም በአንዳንድ ቤተክርስቲያናት በመገኘት ወንጌል ከሰበኩ በኋላ፣ ዘወትር ከምዕመናኑ የሚቀርቡልኝን ጥያቄዎች፣ ለምንድን ነው የምንጾመው? ብንጾምስ የምንታቀበው ከምንና ከምን ነው? መቼና እንዴት ነው በጤናችንስ ላይ ሳንካ አያስከትልም ወይ ስለጾም በመጽሐፍ ቅዱስ ላይ የሠፈረ ግልጽ ያለ ትእዛዝ አለ ወይ ካለስ በየትኛው መጽሐፍ ቅዱስ ላይ ነው . . . የሚሉና ሌሎችም ተመሳሳይ ቅሬታን የሚያንፀባርቁ አስተያየቶች ናቸው፡፡ እኔም ይህን ችግር በመረዳት፣ የሚከተለውን ዘርዘር ያለ ማብራሪያ ለማቅረብ ሞክሬአለሁ፡፡

የጾምና የጸሎት ተመሳሳይነት

በማናችንም ዘንድ እንደሚታመንበት፣ አንድ እውነተኛ ክርስቲያን ነኝ ባይ ሰው፣ በየዕለቱ ጸሎቱን የሚያርስበት ቋሚና የራሱ የሆነ መርሐ ግብር አለው፡፡ ይህም በአመዛኙ ሥራ ከመጀመራችን በፊት፣ ጠዋት ላይ የሚፈጸም ሲሆን፣ እንደዚሁም እንዳመቹና በተለይ ወደ መኝታችን ከማምራታችን በፊት፣ የምንጸልይም እንኖራለን፡፡ ለዚህም ወሳኙ የመንፈስ ቅዱስ አነቃቂነትና የግል ጥረታችንም ነው፡፡

ከዚህ በተጨማሪ እንደየጊዜው ሁኔታ፣ በሕብረት ጸሎት የምናደርሳቸውም ጊዜያት ሊኖሩ ይችላሉ፡፡ ለምሳሌ በአገራችንም ሆነ በዓለም ላይ የጦርነት፣ የተላላፊ በሽታና የመሳሰለው አደጋ ሲያንዣብብ፣ መንፈስ ቅዱስ በአደረባቸው የሃይማኖት አባቶች አማካይነት፣ እየተሰባሰብን ምልጃ የምናቀርብባቸው አጋጣሚዎች ይኖራሉ፡፡
ልክ እንደዚሁ ሁሉ፣ ጾምንም በግላችንም ሆነ ወይም በሕብረት የምንለማመድበት ሁኔታ አለ፡፡ በግል የምናካሂደውም ጾም ልክ እንደ ጸሎታችን ሁሉ፣ በተለያዩ ጊዜያት የሚፈጸም ሊሆን ሲችል፣ የሕብረት ጾማችን ግን በአንድ በጋራ በተመረጠ የጊዜ ሰሌዳ የሚመራ ይሆናል፡፡ ከእነዚህም በተጨማሪ፣ በመንፈስ ቅዱስ አነሳሽነት የምናካሂዳቸው ለየት ያሉ ጾሞች ሊኖሩ ይችላሉ፡፡

ወደ ምዕራባዊው የክርስትና ዓለም ልምዶች መለስ ብለን ስንዳስስም የሚያጋጥመን ይህንኑ ዓይነት ክስተት ነው፡፡ ለምሳሌ የሜቶሲስቷ ቤተክርስቲያን የተወረሰ ልምድ ነው በማለት፣ መላ ተከታዮቹን ዕረቡንና ዓርብን እንዲጾሙ ያደርግ ነበር፡፡ እንደዚሁም በእነዚህ ሁለት

ቀናት ማናቸውም ምዕመን፣ ከጠዋት እስከ ቀኑ አሥር ሰዓት ድረስ፣ ከምግብም ሆነ ከውሃ በመቆጠብ ዕለቱን በጽሞና መዘከር ነበረበት፡፡

ዳሩ ግን ይህን መሰሉን ድንጋጌ መጽሐፍ ቅዱሳዊ ከሆኑ መመሪያዎች ጋር ስናገናዝበው፣ የማይጣጣም ሆኖ እናገኘዋለን፡፡ ለምሳሌ በገላትያ 5፡18 ላይ ጳውሎስ ‹‹በመንፈስ ብትመሩ ግን ከሕግ በታች አይደላችሁም›› በማለት፣ የክርስቲያኖችን የአምልኮ ነጻነት እንዳረጋገጠ ነው፣ የምንመለከተው፡፡ በመሆኑም ጥንታውያኑ እሥራኤላውያን በአንድ ወቅት፣ ራሳቸውን ለሙሴ ሕግጋት አስገዝተዋልና እኛም ክርስቲያኖች በተመሳሳይ ሁኔታ፣ ሕይወታችንን የመምራት ግዴታ የለብንም፡፡ ስለምን ጾማችንን ሆነ ጸሎታችንን የምናደርሰው፣ በውስጣችን ያደረው መንፈስ ቅዱስ በሚቀሰቅሰን ወቅትና አጋጣሚ መሆኑ ነው፡፡

የክርስቲያኖችን የሕብረት ጾምና ጸሎት፣ በተመለከተም ቢሆን፣ ተመሳሳይ ፈለግ መከተል የሚገባን ለመሆኑ፣ መጽሐፍ ቅዱስ ያረጋግጥልናል፡፡ ለዚህም በዓይነተኛ ምሳሌነት በኢዮኤል 1፡14 ላይ፣ ‹‹ጾምንም ቀድሱ፣ ጉባኤውንም አውጁ ሽማግሌዎችንና በምድር የሚኖሩትን ሁሉ ወደ አምላካችሁ ወደ እግዚአብሔር ቤት ሰብስቡ፣ ወደ እግዚአብሔርም ጩኹ›› ያለውን፣ መጥቀሱና አባባሉንም በጥልቀት ማጤኑ በቂ ነው፡፡

እርግጥ አንዳንድ ወገኖች ጾም በምሥጢር ሊካሄ እንጂ፣ በአደባባይ ውይይት ሊደረግበትና በይፋ ሊታወጅ አይገባውም በማለት ተቃውሞ ያቀርባሉ፡፡ ስለዚህም የሚያቀርቡት የመከራከሪያ ነጥብ፣ ጌታ ኢየሱስ በማቴዎስ 6፡17-18 ላይ ለደቀመዛሙርቱ የሰጠውን ማስጠንቀቂያ በመጥቀስ ነው፡፡

‹‹አንተ ግን ስትጦም፣ በስውር ላለው አባትህ እንጂ እንደጦመኛ ለሰዎች እንዳትታይ ራስህን ተቀባ ፊትህንም ታጠብ፣ በስውር የሚያይ አባትህም በግልጥ ይከፍልሃል፡፡››

ምንም እንኳን ጌታ ይህን ትእዛዝ ያስተላለፈልን ቢሆንም፣ ዳሩ ግን ልንስተው የማይገባው ቁም ነገር፣ ትእዛዙ በቀጥታ የሚያመለክተው ግለሰበን እንጂ፣ ብዙሃኑን አለመሆኑን ነው፡፡ ለዚህ ማስረገጫ የሚሆነን ደግሞ ከዚሁ ቀደም ባለው ቁጥር ላይ፣ ጌታ ብዙሃኑን በተመለከተ ‹‹ስትጦሙም እንደ ግብዞች አትጠውልጉ፣ ለሰዎች እንደ ጦመኛ ሊታዩ ፊታቸውን ያጠፉና፣ እውነት እላችኋለሁ ዋጋቸውን ተቀብለዋል፡፡›› ቁ.16 ሲል የተናረ መሆኑ ነው፡፡

ስለ ጾምና ጸሎት አጠቃላይ ገጽታ፣ ይህን ያህል ግንዛቤ እስከጨበጥን፣ በመቀጠል ደግሞ በጾም ላይ ብቻ በማተኮር፣ በግል ሕይወቴ ያካበትኳቸውን ልምዶችና በመመሪያነትም ሊያገለግሉ ይችላሉ የምላቸውን ነጥቦች፣ እንደሚከተለው በሁለት በመክፈል አቀርብላችኋለሁ፡፡

I. ለግል ጿሚዎች የሚረዱ መመሪያዎች

1. ማንኛችንም ብንሆን ጾም ከመጀመራችን በፊት፣ በእምነታችን የጸናን ልንሆን ይገባል፡፡ በዕብራውያን 11፡6 ላይ ‹‹ያለ እምነትም ደስ ማሰኘት አይቻልም፣ ወደ እግዚአብሔር የሚደርስ እግዚአብሄር እንዳለ ለሚፈልጉትም ዋጋ እንዲሰጥ ያምን ዘንድ ያስፈልገዋልና›› ተብሎ እንደተገለጸ ሁሉ፣ ልመናችን ይሰምርልንና የጠየቅነው ሁሉ

ይሟላልን ዘንድ ፤ በቅድሚያ በእግዚአብሔር ልንተማመን ይገባል፡፡ እምነቱ እስካለንም ‹‹በስውር የሚያይ አባትህም በግልጥ ይከፍልሃል›› ማቴዎስ 6፡18 ሲል፤ ጌታ ኢየሱስ የገባልን ቃል ኪዳን፤ ያለ ጥርጥር ተፈፃሚ ይሆናል፡፡

2. በምንፆምበት ወቅት፤ የእግዚአብሔርን ቃል ከማሰላሰል መራቅ ወይም መቆጠብ የለብንም፡፡ ስለምን በሮሜ 10፡17 ላይ፤ ‹‹እንግዲያስ እምነት ከመስማት ነው መስማትም በእግዚአብሔር ቃል ነው›› ተብሎ እንደተገለጸው ሁሉ፤ ቃሉን ሌት ከቀን መስማቱ፤ ተስፋችንን ስለሚያለመልመውና ጽናቱንም ስለሚሰጠን ነው፡፡

3. ጾምን ለመጀመር የግድ፤ ችግር እስከሚያጋጥመን ወይም ከአደጋ ጋር እስምንፋጠጥ መጠበቅ የለብንም፡፡ እንዲያውም ይህን መሰሉን ምግባረ ሰናይ መጠበቅ የለብንም፡፡ እንዲያውም ይህን መሰሉን ሰናይ ምግባር ልናዘወትርና ልናጎለብተው የሚገባው፤ ጤናማ የምንለውን ሕይወት በምንመራበት ወቅት መሆን አለበት፡፡ በዚያን ጊዜ በእግዚአብሔር ቃል እንደተረጋገጠልን፤ ››ከኃይል ወደ ኃይል›› (መዝሙር 83፡7)፤ ‹‹ከእምነት ወደ እምነት›› (ሮሜ 1፡17) ‹‹ከክብር ወደ ክብር›› (2 ቆሮንቶስ 3፡18) የመሸጋገራችን ዕድል የሰፋና የማያወላውል ይሆናል፡፡

4. ጾምን ቀስ በቀስ ልንለማመደው እንጂ፤ አጓጉል ልንዘፈቅበት ወይም ልንቋቋመው ከምንችለው በላይ፤ ልናራዝመውና ልናንዛዛው አይገባም፡፡ በተለይም የመጀመሪያ ጊዜ ጿሚዎች ከሆንን፤ እስከምንለማመደው ድረስ በየቀኑ ሦስት ጊዜ በመመገብ ምትክ ወደ ሁለት ማውረድ በቂ ነው፡፡ አለበለዚያ ግን ለከንቱ ብስጭት በመዳረግ፤ ተስፋ ሊያስቆርጠንና ጾማችንን ሊያሸረን ይችላል፡፡

5. በምንጾምበት በማናቸውም ዕለት ቢሆን፤ በተቻለ መጠን መጽሐፍ ቅዱሳችንን ከጎናችን ባለመለየት፤ ብናነበው መልካም ይሆንልናል፡፡ በተለይም ደግሞ በዚህን መሰሉ ወቅት፤ በዳዊት መዝሙር ላይ ማተኮሩና እንዳመቸም፤ ከመዝሙሮቹ ጥቂቱን ማንበቡ ይመረጣል፡፡

6. ለጾም በምንነሳበት ወቅት፤ ዓላማችንን በቅድሚያ በጽሑፍ ማስፈሩ የማይናቅ ጠቀሜታ አለው፡፡ ስለምን በጾማችን በገፋንበት መጠን፤ ከዓላማዎቻችን ስንቶቹን እግዚአብሔር እንዳሳካልን ለማመሳከር ስለሚረዳንና በእምነታችንም ላይ የበለጠ ጽናት ስለሚያሳድርብን ነው፡፡

በማናቸውም ጊዜና ሥፍራ ቢሆን፤ በጾም ላይ መሆናችንን ለሌሎች ለማሳየት ወይም ለማሳወቅ መሞከር የለብንም፡፡ ደግሞም ለዚህን መሰሉ መመጻደቅ፤ ራሳችንን እንዳናጋልጥ ጌታችን ኢየሱስ ራሱ በተራራው ስብከቱ ላይ፤ ‹‹አንተ ግን ስትጦም በስውር ላለው አባትህ እንጂ እንደጦመኛ ለሰዎች እንዳትታይ ...›› (ማቴዎስ 16፡18) ሲል እንዳስገነዘበን፤ መርሳት የለብንም፡፡ እንዲያውም በሉቃስ 17፡10 ላይ፤ ‹‹እንዲሁ እናንተ ደግሞ የታዘዛችሁትን ሁሉ ባደረጋችሁ ጊዜ የማንጠቅም ባሪያዎች ነን ልናደርገው የሚገባንን አድርገናል በሉ›› ተብሎ እንደተገለጸው፤ ጾምን እንደ ግል መመጻደቂያችን ወይም መወጣጫችን ሳይሆን፤ እንደ ግዴታችን ልንቆጥረው ይገባል፡፡

7. በማንኛውም በምንጾምበት ጊዜ፤ የተነሳሳንበት ዓላማ በግልጽ ልናውቀው ይገባል፡፡ ለዚህ እንዲረዳን ደግሞ፤ በኢሳይያስ 1፡1-12 ላይ የሰፈረልንን እጅግ ጠቃሚ መልዕክት፤ ማጤኑ ተገቢ ነው፡፡ ይኸውም ወደ እግዚአብሔር የምናቀርበው ልመና፤ አግባባዊ መሆን አለመሆኑን ለማነጻጸር ስለሚረዳን ነው፡፡

አጿጿማችን ሊላበሰው የሚገባ ገጽታ

በመሠረቱ ጾምን መጀመር የሚገባን በቅድሚያ አቅማችንን ገምተን፤ በሥራችንም ላይ አሉታዊ ተጽዕኖ ማሳደር አለማሳደሩን አስበንበት ሊሆን ይገባል፡፡ እናም በዚህ ላይ በቂ ጥንቃቄ እስካደረግን፤ የሚከተሉትን ጸጋዎች ያለ ጥርጥር ልንቋደስ እንችላለን፡፡

1. ጳውሎስ በ1 ቆሮንቶስ 6፡19 ላይ፤ ‹‹ሥጋችሁ የመንፈስ ቅዱስ ቤተመቅደስ ነው›› እንዳለው ሁሉ፤ እኛም ማናቸውም አጓጉል ፍላጎታችንን በመቆጣጠርና በማስወገድ፤ የሰውነታችንን ጤናማት ልንጠብቀውና ልንንከባከበው ይገባል፡፡ ለዚህም ጾም የበኩሉን አስተዋጽዖ ለማበርከቱ ኢሳይያስ በ58፡8 ላይ፤ ‹‹የዚያን ጊዜ ብርሃንህ እንደ ንጋት ይበራል ፈውስህም ፈጥኖ ይበቅላል ...›› ሲል ባሰፈረው መልዕክቱ አረጋግጦልናል፡፡

አንድ ሰው ተከታታይ ሕክምና በመከታተል ላይ ከሆነ፤ ወይም እንደ ሳንባ ነቀርሳ ስኳር (ዲያቤትስ) በመሳሰሉት ሕመሞች የተለከፈ ከሆነ፤ ጾም ከመጀመሩ በፊት ሐኪሙን ሊያማክር ይገባል፡፡

2. ጾም በምንጀምርበት ወቅት፤ በአመዛኙ እንደ ራስ ምታት ማቅለሽለሽና የሰውነት መራድ የመሳሰሉት ስሜቶች፤ ሊጠናወቱት ይችላሉ፡፡ ይሁን እንጂ ይህን መሰሉ ፈተና፤ ጊዜያዊና ለጉዳት የማይዳርግ በመሆኑ፤ ጨክነን ልንገፋበት ይገባል፡፡ ከጥቂት ቀናት ልምምድም በኋላ፤ ከላያችን ላይ ጨርሶ እንደሚገፈፍና በማወቅ፤ በጀመርነው ጾም በቆራጥነት ልንገፋበት ይገባል፡፡

3. ያለ ጥርጥር በምንጾምበት ወቅት፤ የረሃብ ስሜት ሊያቁነጠንጠን ይችላል፡፡ ይሁን እንጂ ይህን መሰሉ ስሜት፤ የሚቀጥለው ጨጓራችን የምግብ መቆየቱን እስከሚለማመደው ድረስ መሆኑን በማወቅ፤ አሁንም ከዓላማችን ማፈግፈግ የለብንም፡፡

4. ምናልባትም ጥንቃቄ ልናደርግ የሚገባን፤ ለሰዓታት ከጾምን በኋላ፤ አብዝተን ቅባትማ የሆኑ ምግቦችን ከመውሰዱ ላይ ነው፡፡ ይህን ማድረጉ በጨጓራና አንጀታችን ላይ፤ የመፍጨት ችግር ሊያስከትል ስለሚችል፤ ተመራጩ ሆድን በአታክልትና ፍራፍሬዎች ማለማመዱ ነው፡፡

5. አንዳንድ ሰዎች በሚጾሙበት ወቅት፤ የሚጠጡት ውሃ ብቻ ሲሆን፤ የተቀሩት ደግሞ እንደ ፍራፍሬ ጭማቂ ወተትና አጥሚት ይወስዳሉ፡፡ ይህ እንግዲህ እንደ የግለሰቡ

ምርጫ የሚወሰን ቢሆንም፤ ዳሩ ግን አንጀትን ሊነኩ ከሚችሉ፣ እንደ ሻይና ቡና ከመሳሰሉት መቆጠቡ ተመራጭ ነው፡፡

6. ምንም እንኳን በጾም ወቅት፤ ከምግብ ሆነ ከመጠጥ መቆጠብ እንደሚገባ፤ በመጽሐፍ ቅዱስ የታዘዘ ቢሆንም፤ በተለይ ግን ያለ ውሃ ከሦስት ቀናት በላይ መቆየት፤ ለሰውነታችን አደገኛ መሆኑን ማወቅ ይኖርብናል፡፡

በመጽሐፈ አስቴር 4፥16 ላይ እንደተገለጸውም፤ ንግሥቲቱና ደንገጡሮቿ በጾም ላይ በነበሩበት ወቅት፤ ከውሃ የተለዩት ለሰባ ሁለት ሰዓታት ብቻ ነበር፡፡ ምግብንም በተመለከተ ቢሆን፤ እንደ ሙሴ ያለ አቅማችን በመንጠራራት፤ በመጾሙ አርባ ቀናት ካጾምን ብለን፤ ሰውነታችንን ለከፋ አደጋ ማጋለጥ የለብንም፡፡ ሙሴ ያንን ያህሉን ቀናት ለመጾም የቻለው፤ በእግዚአብሔር ረዳትነት ስለመሆኑም፤ በቅድሚያ ልናውቀው ይገባል፡፡ (ዘዳግም 9፥9-18) ያንብቡት፡፡

7. ለሰዓታት ሆነ ለቀናት፤ ከጾምን በኋላ ከባድ ምግብ ከመውሰድ መቆጠብ አለብን፡፡ ልክ ጾምን ቀስ በቀስ በመለማመድ፤ ረሃብን ለመቋቋም እንደቻልነው ሁሉ፤ እንዲሁም ሆዳችንን ጥቂት በጥቂቱ መብላቱን ልናስለምደው ይገባል፡፡

8. ከሁለት ቀናት በላይ መጾም፤ ወስፋታችንን ሊዘጋውና የምግብ አምሮታችንንም እየቀነሰው ሊሄድ ይችላል፡፡ ስለዚህ ቀደም ሲል ምግብ የምንዳፈር ከሆነ፤ በዚህ አጋጣሚ በመጠቀም በልኩ መመገቡን ብንለማመደው፤ ለወደፊቱ ጤናማ ሕይወት ለመምራት ያስችለናል፡፡

I. ለሕብረት ጾም የሚረዱ መመሪያዎች

እንደ ግል ጿሚዎች ሁሉ፤ በሕብረት የሚጾሙትም ወንድሞች ቢሆኑ፤ በክፍል 1 ላይ በሰፈሩት አብዛኛዎቹ መመሪያዎች ሊጠቀሙ ይችላሉ፡፡ ከዚህ በተረፈ ግን፤ በተለይ ለሕብረት ጿሚዎች ልዮ እገዛ እንደሚያደርጉ ያመንኩባቸውን፤ ተጨማሪ ነጥቦች እንደሚከተለው በአጭሩ አቅርቤአለሁ፡፡

1. ጌታችን ኢየሱስ በማቴዎስ 18፥19 ላይ ግልጽ እንዳደረገልን ሁሉ፤ አማኞች ‹‹በስምምነት›› በሚጸልዩበት ወቅት፤ ታላቅ ጸጋና በረከትን ይቀበላሉ፡፡ ልክ እንደዚያው ሁሉ፤ በሕብረት በሚጾሙበትም ጊዜ፤ ዓላማቸውን እስከ አስተባበሩና በጽናት እስከጸሙ ድረስ፤ ልዩ ኃይል እንደሚላበሱ ነው፡፡

2. በሕብረት ጾም ላይ የሚካፈሉ አማንያን ሁሉ፤ በጋራ ከሚያራምዱና ከቆሙላት ዓላማ በተጨማሪም፤ አንደኛቸው ለሌላው ደህንነት ሊጸልዩና ሊማልዱ ይገባል፡፡

3. አማንያን የሕብረት ጾማቸውን የሚያካሂዱበትን፤ ልዩ የስብሰባ ሥፍራ በቅድሚያ ሊመርጡ ይገባል፡፡ እንደዚያውም ሁሉ የሚገናኙበትን ሰዓት ጭምር መወሰን አለባቸው፡፡

እግዚአብሔር እንደ ቃል ኪዳኑ ይፈጽማል፡፡ ይህን ምዕራፍ ከማጠቃለሌ በፊት፤ እግዚአብሔር ስላሟላልኝ አንዳንድ ልማናዎቼ፤ የግል ምስክርነት ቃሌን ለመስጠት እወዳለሁ፡፡ ባለፉት ሃምሣ ዓመታት፤ በየጊዜው ወደ እግዚአብሔር ዘንድ፤ አንዳንድ የተለዩ ችግሮቼን ይዤ ቀርቤአለሁ፡፡ በዚህም ወቅት ያለመቦዘን፤ እጾምና እጸልይ ነበር፡፡ በዚህም መሰሉ መስጠቴ ምላሽ፤ ስላገኘሁባቸው አንዳንድ ነገሮች ልዩ ማስታወሻ ይገባለሁ፡፡

ለምሳሌ በ1951 (እ.አ.አ) ዓ/ም፤ ከሐምሌ 17 እስከ ነሐሴ 11 ባሉት ሃያ አራት ቀናት ውስጥ፤ ልዩ የጸሎትና የጾም ፕሮግራም አካሂጄ ነበር፡፡ በዚህንም ጊዜ ልጾምና ልጸልይባቸው የሚገባኝን፤ ዋና ዋና ፍሬ ነገሮች እንደሚከተለው በርዕስ በመከፋፈል፤ በመጽሐፍ ቅዱሴ አስፍሬአቸው ነበር፡፡

ሀ. ስለ ግል መንፈሳዊ ሕይወቴ መጠናከር
ለ. ስለ ቤተሰቤ ደህንነት
ሐ. ስለ ቤተክርስቲያን ዕድገት
መ. ስለ ትውልድ ሀገሬ (እንግሊዝ) ሰላምና ብልጽግና
ሠ. ስለ ጠቅላላው ዓለም መረጋጋት

ታዲያ ምንም እንኳን የግል ሕይወቴን በማስመልከት፤ ከጸለይኳቸው ጉዳዮች አንዳንዶቹን በምሥጢር ልይዛቸው ብፈልግም፤ ሆኖም ግን ቸሩ ፈጣሪ ስለ አሟላልኝ ሌሎች ምልጃዎች፤ በመጠኑም ቢሆን እንደሚከተለው አጋራችኋለሁ፡፡

ለምሳሌ ጌታን አበክሬ ለምኘው የነበረው፤ አራት መንፈሳዊ ስጦታዎችን እንዲያቀዳጀኝ ነበር፡፡ ይኸውም በማበረከተው የወንጌል አገልግሎት ላይ፤ ፍሬያማ እሆን ዘንድ ከመጓጓትና ከመጎምጀት የመነጨ ነበር፡፡ ታዲያ ልመናውን በማቀርብበት ወቅት፤ ስለ እነዚያ ስጦታዎች ባህርይ ጥልቅ ግንዛ ባይኖረኝም፤ ዳሩ ግን ከተቀዳጀኋቸው በኋላ ነበር፤ የእያንዳንዳቸውን ተአምር ሰሪነት የተገነዘብኩት፡፡ እነሆም እነኛ ስጦታዎች እስከ አሁን ከእኔ ጋር እንዳሉ በመሆናቸው፤ አገልግሎቴ የተመኘሁትን ያህል ፍሬያማ ሊሆንልኝ ችሏል፡፡

በሁለተኛ ደረጃ ደግሞ፤ ለእግዚአብሔር አቅርቤው የነበረው ልመና፤ የቤተሰቤን ደህንት በማስመልከት ነበር፡፡ በዚህም ረገድ ቢሆን፤ በተለይ አተኩሬበት የነበረው የእህቴን የእምነት ጽናት በማስመልት ሲሆን፤ እነሆም የለመኑትን የማይረሳው አምላክ እንደ ጥያቄዬ አሟልቶልኝ፤ ክርስቶስን ለመቀበል ችላለች፡፡

የቤተክርስቲያን ዕድገት በማስመልከት ያቀረብኩትም፤ ሦስተኛ ምልጃዬም ቢሆን፤ ተጨባጭ ውጤት እንዳስገኘልኝ ነው የምተማመነው፡፡ ምን ጊዜም በዓለም ታሪክ ባልታየበት ሁኔታ፤ በአሁኑ ወቅት መንፈስ ቅዱስ ደግሞ ለጥቂት ጊዜ ያህል ውሎ ቢያድር እንጂ፤ በመጨረሻ ላይ ግን ነቢዩ ዕንባቆም፤ ‹‹ውኃ ባህርን እንደሚከድን ምድር የእግዚአብሔርን ክብር በማወቅ ትሞላለችና›› (ዕንባቆም 2፡14) ሲል የተናገረው፤ ተፈጻሚነት እንደሚያገኝ አልጠራጠርም፡፡

ስለ ሃገሬም እንግሊዝ መረጋጋትና ብልጽግና፣ ያደረስኩት የልመና ጸሎት ምላሽ እያገኘልን ለመሆኑም፣ በየዜና ማሰራጫዎቹ ከሚተላለፉት መግለጫዎች ለመረዳት ይቻላል። እንዲያውም ጌታ በ1953 ዓ/ም፣ በራዕይ ‹‹በአሜሪካና በእንግሊዝ ታላቅ የተሃድሶ ዘመቻ ይካሄዳል›› ብሎ በገለጸልኝ መሠረት፣ እነሆ በአሁኑ ጊዜ በሁለቱ አገሮች፣ ክርስትና እጅግ በመስፋትና በመጠናከር ላይ ይገኛል።

እንግዲህ እነኝህን የመሳሰሉትን አንዳንድ የግል ገጠመኞቼንና ከዚያም አልፎ፣ በአካባቢዬ የተፈጸሙ ድንቅዬ ተአምራት ሳጤን፣ እንደ ጳውሎስ ሁሉ እኔም የሚከተሉትን ቃላት ለማስተጋባት እገዳደለሁ።

‹‹እንግዲህ በእኛ እንደሚሠራው ኃይል መጠን ከምንለምነው ወይም ከምናስበው ሁሉ ይልቅ እጅግ አብልጦ ሊያርግ ለሚቻለው ለእርሱ በቤተክርስቲያን በክርስቶስ ኢየሱስ ትውልዶች ሁሉ ከዘላለም እስከ ዘላለም ክብር ይሁን አሜን›› (ኤፌሶን 3፡20-21)

10

በጾም ላይ የተመሠረተ ግንባታ

ለመጀመሪያ ጊዜ በአሜሪካዊቷ የፕላይማውዝ ወደብ ላይ፤ ያረፉትንና ‹ፒልግሪም ፋዘርስ› በመባል የሚታወቁትን ተጓዦች፤ 300ኛ ዓመት በማክበር፤ በ1970 እና 1971 ዓ/ም ታላቅ በዓል ተካሂዶ ነበር፡፡ እኔም በዚችው ከተማ ከሚገኘው የፒልግሪሜጅ ቤተክርስቲያን በመገኘት፤ መንፈሳዊ መልእክት እንዳስተላልፍ ተጋብዤ ነበር፡፡ ታዲያ እኔም በዚሁ አጋጣሚ ነበር፤ አንዳንድ ታሪካዊ ሥፍራዎችን መዘክሮችን የማየት ዕድል ያጋጠመኝ፡፡ እናም ከዚህ በመቀጠል በአጭሩ የማካፍላችሁ፤ በዚያን ወቅት ስላካበትኳቸው አንዳንድ እውቀቶች ይሆናል፡፡

የፒልግሪም አባቶች ቅደመ ታሪክ

እውነቱን ለመናር፤ ስለ እነዚህ ከአራት ክፍለ ዘመናት በፊት፤ ከእንግሊዝ ወደ አሜሪካ ፈልሰው ስለነበሩት የሃይማኖት አባቶች፤ የነበረኝ ግንዛቤ እጅግ ውሱን ነበር፡፡ ከዚህም የተነሣ ነበር፤ ብዙዎቹን በዕድሜያቸው የገፉና ጥቁር ካባ ለባሾች፤ ባለ ረጅም ጺም ሽማግሌዎችና ባለ ጎታታው ቀሚስ አሮጊቶች አድርጌ፤ በምናቤ እስላቸው የነበረው፡፡ ሆኖም እውነተኛ ታሪካቸውን የኋላ ኋላ በተከታተልኩበት ወቅት፤ አብዛኞቹ ለጋ ጎልማሶችና ጉብሎች እንደነበሩ ነው፤ ለመረዳት የቻልኩት፡፡ ለምሳሌ በነዚሁ ፒልግሪሞች የተመሠረተው የመጀመሪያው ቅኝ ግዛት አስተዳዳሪ የነበረው፤ ዊልያም ብራድፎርድ ገና የሠላሣ አንድ ዓመት ጎልማሳ የነበረ መሆኑን ያወቅሁትም፤ በዚሁ በፕላይማውዙ ጉብኝቴ ‹‹የፕላይማውዝ እርሻ›› በሚል ርዕስ፤ በራሱ ተደርሶ የነበረውን መጽሐፍ ባነበብኩበት አጋጣሚ ነው፡፡ በመጽሐፉም መግቢያ ላይ ሰፍሮ ከነበረው የደራሲው የሕይወት ታሪክ፤ የሚከተሉትን ፍሬ ነገሮች ለመቅሰም ችያለሁ፡፡

ዊሊያም ብራድፎርድ በእንግሊዟ የዮርክሻየር ከተማ፤ በ1590 ዓ/ም ተወለደ፡፡ ከልጅነትም አንስቶ በመጽሐፍ ቅዱስ ጥናት ላይ ያተኮረ ስለነበር፤ ገና በ12 ዓመት ዕድሜው ነበር ከወግ አጥባቂዋ የእንግሊዝ አንግሊካን ቤተክርስቲያን በማፈንገጥ፤ የፒዩሪታን ቤተክርስቲያን ቋሚ አባል ለመሆን የበቃው፡፡ ታዲያ ይህን በማድረጉ፤ በወላጆቹና አክራሪ አንግሊካን በነበሩት የዮርክ ሻየር ነዋሪዎች፤ ብዙ ተጽእኖ ደርሶበት ነበር፡፡ ይሁን እንጂ ቆራጡ ብራድ ፎርድ በዚሁ አቋሙ በመጽናቱ፤ በቅድሚያ ሎው ካንትሪስ በመባል ትጠራ ወደነበረችው፤ ኔዘርላንድስ ከዚያም አዲሲቷ ኢንግላንድ በመባል ወደ ተሰየመችው የአሜሪካ ቅኝ ግዛት ተሰደደ፡፡ እርሱና ሌሎቹም መሰሎቹ ስደተኞች፤ ‹‹ፒልግሪም›› በመባል መጠራት የጀመሩትም ከዚያን ጊዜ ነበር፡፡

የብራድ ፎርድ የምንጊዜም ምኞቱና ፍላጎቱ፤ የእግዚአብሔር ስም ብቻ ለሚከብርባትና ለሚቀደስባት ቤተክርስቲያን፤ ምሥረታ ነበር፡፡ ለዚህም ወሳኙ በመጽሐፍ ቅዱስ መመራት ብቻ እንደሆነ በማመን፤ በአንግሊካኗ ቤተክርስቲያን ይወሰዱና ይከብሩ የነበሩትን፤ አዋልድ መጻሕፍት አጥብቆ ያወግዝ ነበር፡፡ እንደዚሁ ሁሉ ቤተክርስቲያን፤ እንደ ጥንቱ የሐዋርያት ዘመን በሽማግሌዎችና በመጋቢያን ከመመራት ውጪ፤ ጳጳሳት ሊቀጳጳሳት መነኮሳት . . . ወዘተ የሚባሉትን መቀበል እንደሌለባት፤ ያምን ነበር፡፡ አንድ የሃይማኖት አገልጋይ ግለሰብ፤ በማንኛውም ጊዜ ወንጌልን ለማሰራጨት ዝግጁ ሆኖ ከመጠባበቅ በስተቀር፤ ቤቴ፤ ንብረቴ፤ ሚስቴ፤ ልጆቼ . . . የሚል ሰንኩል ምክንያት፤ መደርደር እንደማይገባው ይሰብክ ነበር፡፡

ሌላው ብራድ ፎርድ አበክሮ ይከራከርለት የነበረው፤ የጾምን ጠቀሜታ በማስመልከት ነበር፡፡ ይህ ደግሞ በእርሱና የነበረው፤ የጾምን ጠቀሜታ በማስመልከት ነበር፡፡ ይህ ደግሞ በእርሱና በተቀሩትም ፒልግሪሞች ዘንድ፤ የተለመደና ሥር የሰደደ የአምልኮ አካል ነበር፡፡ ለምሳሌ የአትላንቲክ ውቅያኖስን አቋርጠው ወደ አሜሪካ ከመጓዛቸው በፊት፤ አዘውትረው በመጽሐፈ ዕዝራ 8፡21 ላይ፡-

‹‹በአምላካችን ፊት ራሳችንን እናዋርድ ዘንድ፤ ከእርሱም የቀናውን መንገድ ለእኛና ለልጆቻችን ለንብረታችንም ሁሉ እንለምን ዘንድ በዚያ በአኋዋ ወንዝ አጠገብ ጾም አወጅሁ›› የሚለውን በማስተጋባት፤ የሕብረት ጾም ያካሂዱ እንደነበረ ነው፤ ታሪካቸው የሚያረጋግጥልን፡፡ እናም ከዚህን መሰሉ ድህረ ታሪክ በመነሣት ጭምር ነበር፤ በአስተዳዳሪነት በተሾመበት በፕላይማውዝ ግዛት ውስጥ፤ በየጊዜው የሕብረት ጾም እንዲዘከር ያርግ የነበረው፡፡

የጾም ቀናት እወጃ

በፒልግሪም አባቶች ከተካሄዱት፤ አያሌ የጾም ሥርዓቶች ውስጥ፤ በ1623 ዓ/ም የታወጀውን አንዱን ብቻ ከብራድ ፎርድ መጽሐፍ መርጠን በመውሰድ፤ እንደሚከተለው አቅርበነዋል፡፡
‹‹ . . . በተለይም ከግንቦት ሦስተኛው ሳምንት አንስቶ እስከ ሐምሌ ወር ድረስ ቅንጣት ታህል ዝናብ ጠብ ባለማለቱ፤ የበቀለው እህል እንደቀረና እየረገፈ ነው፡፡ ሁኔታውም በዚሁ ከቀጠለ እኛም ሆንን በዙሪያችን የሚገኙት የሕንድ ጎሳዎች፤ ለከፋ ረሃብ መጋለጣችን አይቀርም፡፡ ስለዚህ የሚኖረን የመጨረሻው ዕድል፤ ያው እንደልማዳችን ወደ እግዚአብሔር በማንጋጠጥ እርሱን በምህረቱ ይጎበኘን ዘንድ መለመንና መነዝነዝ ነው፡፡ ስለዚህ መላው የቅኝ ግዛቷ ህዝቦች፤ በሕብረት ጾምና ጸሎት ማድረስ እንዳለብን ስላመንኩኝ፤ በመጪው ሐምሌ 30 ቀን 1623 ዓ/ም ሁላችንም በዚህ በተቀደሰ ተግባር ተጠምደን እንድንውል፤ ይህንን ትእዛዝ አስተላልፌአለሁ›› (ዊሊያም ብራድፎርድ)፡፡

ይህ አዋጅ ተግባራዊ በመሆኑም በዚያን በተጠቀሰው ዕለት ከየት መጣ ሳይባል፤ ሰማዩ በጉምና በደመና ተሸፍኖ ዋለ፡፡ የማታ ማታም ላይ ያንን በውሃ ጥም የከነቸረ መሬት፤ ዝናብና ጎርፍ አጥለቀለቀው፡፡ ከሁሉም የሚገርመው ደግሞ፤ በዚያን ትንግርተኛ ዕለት ማግሥት፤ ሕዝቡን በመሰብሰብ የሚከተለውን የዳዊት መዝሙር በጋራ በማስተጋባት ማሰማታችን ነው፡፡

‹‹ቸር ነውና፣ ምሕረቱ ለዘላለም ነውና
እግዚአብሔርን አመስግኑ፤
እግዚአብሔር ያዳናቸው፤
ከጠላቶች እጅ ያዳናቸው ይናገሩ፡፡
ከምሥራቅና ከምዕራብ፣ ከሰሜንና ከባሕር፣
ከየአገሩ ሰበሰባቸው፡፡
ውኃ በሌለበት ምድረ በዳ ተቅበዘበዙ፤
የሚኖሩበትንም ከተማ መንገድ አላገኙም፡፡
ተራቡ ተጠሙም፣
ነፍሳቸውም በውስጣቸው አለቀች፡፡
በተጨነቁ ጊዜ ወደ እግዚአብሔር ጮኹ፣
ከመከራቸውም አዳናቸው፤ . . .
ለሰው ልጆች ስላደረገው ተአምራት
ስለ ምሕረቱም እግዚአብሔርን ያመስግኑ፤››
(መዝሙር 106፣1-6፤8)

‹‹የሚያስገርመውም በዚህ በሕብረት መዝሙራችን ማብቂያ ላይ፤ አንድ ያልተጠበቀ ተአምር በመፈፀሙ ነው፡፡ ይኸውም እነኛ እንደ አውሬ ይሸሹንና ይፈሩን የነበሩት ሕንዶች፤ ግልብጥ ብለው በመውጣት፤ በዚያችኑ ዕለት ክርስቶስን ለመቀበል በመብቃታቸው ነው፡፡ ... ለካስ እግዚአብሔር ያንን ድርቅ ያወረደው፤ ለልጁ አዲስ ተከታዮችን ለማፍራት ኖሯል!!!›› (ገጽ 131-132)
የጾምን ጠቀሜታ በማስመልከት፤ በፒልግሪም አባቶች የተሰጠው ይህ የምስክርነት ቃል፤ በአሁኖቹም አሜሪካውያን ዘንድ እየተደገመ ያለ ነው፡፡ የአሁኗም ታላቂቱ አሜሪካ በፒልግሪም አባቶችና ከእነርሱም በኋላ በተነሱ መሰል አሜሪካውያን፤ ጽኑ እምነት የተገነባች ለመሆኗ፤ የማያጠራጥረን በኢሳይያስ 58፣12 ላይ፤ የሠፈረውን ቀጣዩን ትንትና ከልብ ስናጤነው ነው፡፡

‹‹ከጥንት ዘመን የፈረሱት ስፍራዎች ይሠራ፣ የብዙ ትውልድም መሠረት ይታነጻል፤ አንተም፡- ሰባራውን ጠጋኝ የመኖሪያ መንገድ አዳሽ ትባላለህ››

11

በአሜሪካ ታሪክ ውስጥ የታወጁ ፆሞች

በፒልግሪም አባች የተጀመረው የሕብት ጾም፤ እጅግ የጎላ ጠቀሜታ እንዳለው ስለታመነበት፤ በቀጣዮቹም የአሜሪካ ትውልዶች እንዲቀጥል ተደርጎ ነበር፡፡ በዚህም ረገድ በአንዳንድ ዝነኛ ግለሰቦች ቅስቀሳ፤ በየአካባቢው ከተካሄዱት ጾሞች በተጨማሪ፤ በመንግሥት ደረጃም በአዋጅ የተደነገጉ ፆሞች ነበሩ፡፡

በጆርጅ ዋሽንግተንና በቨርጂኒያ ምክር ቤት የተላለፈ አዋጅ

የእንግሊዝ ፓርላማ ቅኝ ግዛት በነበረችው፤ በቨርጂኒያ ግዛት ላይ ከሐምሌ 1774 ዓ/ም ጀምሮ፤ የተጠናከረ ሁለገብ ማዕቀብ ጥሎ ነበር፡፡ ይህን መሰሉ እርምጃ የቅኝ ግዛቱን ነዋሪዎች ለከፋ ችግር እንደሚዳርጋቸው፤ የግዛቲቱ ምክር ቤት በበኩሉ በመረዳት፤ ማዕቀቡ በሚጀምርበት በዚያን ዕለት፤ ሕዝቡ በጾም በጸሎት ተጠምዶ እንዲውል አዝዞ ነበር፡፡

ታዲያ በወቅቱ የቨርጂኒያ ገገር የነበረውና በኋላም የአሜሪካ የመጀመሪያው ፕሬዝዳንት፤ ሆኖ የተመረጠው፤ ጆርጅ ዋሽንግተን በጽሑፉ እንዳረጋገጠው፤ የዚያን ዕለቱ ጾም በእግዚአብሔር ዘንድ ተቀባይነት በማግኘቱ፤ ከግዛቲቱ መለኮታዊ ጥበቃ ባሻገር፤ ለመላው አሜሪካ ነጻነት ጭምር አስተዋጽኦ እንዳበረከተ አረጋግጧል፡፡ እንዲያውም ከዚህ ልምድ በመነሣት ነበር፤ ራሱ ጆርጅ ዋሽንግተን የአሜሪካ ፕሬዝዳንት ሆኖ ከተመረጠ በኋላ፤ በ1795 ዓ/ም የሚከተለውን አዋጅ ያስተላለፈው፡፡

‹‹ከመቶ ዓመታት በላይ፤ በእንግሊዝ ቅኝ አገዛዝ ሥር ስትማቅቅ ለነበረችው አሜሪካ፤ ቸሩ እግዚአብሔር ፈቃዱ ሆኖ በአሁኑ ጊዜ ነጻነቷን አድሎ፤ በራሷ ፕሬዝዳንት ለመመራት አብቅቷታል፡፡ አሁንም ለጌታ ክብር
ምስጋና ይጋባውና፤ እኔም የመጀመሪያው የአገሪቱ ፕሬዚዳንት ሆኜ ለመመረጥ በቅቼአለሁ፡፡

እነሆ የነገሥታት ንጉሥ የሆነው፤ እግዚአብሔር አገራችን ባሳለፈችው የሥቃይ፤ የሰቆቃ፤ የጭቆናና የምዝበራ ሕይወት ምትክ፤ ዛሬ ሰላምንና ብልጽግናን አጎናጽፏታል፡፡ ለዚህ ባለውለታዋ ለሆነው እግዚአብሔር፤ ያላትን ታማኝነት ልንገልፀው የምንችለው ደግሞ፤ እኛ ሕዝቦቿ ለመሆናችን ከማንም የተሰወረ አይደለም፡፡ ስለዚህ መላው የአገሪቱ ህዝብ፤ ለእግዚአብሔር ያለውን ፍቅርና አክብሮት፤ በጋራ ለመግለጥ ይቻለው ዘንድ፤ መጪው ጥር 12/1795 ብሔራዊ የአምልኮ ቀን እንዲሆን ወስኜአለሁ፡፡ በዚህንም ዕለት ሁላችንም ከማንኛውም ሥራ በመቆጠብ፤ እንደዚሁም ከአልባሌ ሱሶችና ልማዶቻችን በመታቀብ፤

በወግና በሥርዓት በየቤተክርስቲያናችን በመገኘት፣ በጾምና በጸሎት ተጠምደን እንድንውል ጥሪዬን በአደራ ጭምር አስተላልፋለሁ፡፡››

(ከዮናይትድ ስቴት አዋጆች ማኅደር ቅፅ 14 የተወሰደ)

በፕሬዝዳንት አዳምስና በፕሬዝዳንት ሚሶን የተላለፉ የጾም አዋጆች

ከጆርጅ ዋሺንግተን ቀጥሎ የፕሬዝዳንትነቱን ሥልጣን በጨበጡት፣ በጆን አዳምስ ዘመን ደግሞ፣ ሌላይቱ በአሜሪካ ላይ ጥላቻ አሳድራ የነበረችው ፈረንሳይ፣ ጦር ለማጫር ተዳርሳ ነበር፡፡ እናም በአገሪቱ ላይ ያንዣበበውን ያን መሰሉን አደጋ የተረዱት፣ አዳምስ ግንቦት 2 ቀን 1798 በጾምና በጸሎት ታስቦ እንዲውል፣ የሚከተለውን አዋጅ አስተላልፈዋል፡፡

‹‹ምንም እንኳን ለማንኛውም መንግሥት፣ እድገትና ብልጽግና ሰላምና መረጋጋት ምንጩ አንዱና ብቸኛው ኃያል አምላክ እግዚአብሔር መሆኑን ብናውቀውም፡- ‹‹እኛንም አሜሪካውያንን ከእንግሊዝ የጭቆና አገዛዝ በማላቀቅ፣ ነጻነታችንን ለመቀዳጀት ያስቻለን እርሱ መሆኑን የማንዘነጋው ቢሆንም፡-

ዳሩ ግን በዚህ በተጎናጸፍነው ጸጋ፣ ተኩራርተን አገራችንን ለማልማት ደፋ ቀና በምንልበት በአሁኑ ሰዓት፣ የፈረንሣይ መንግሥት ደግሞ፣ በተራው ሌላ ጦርነት ሊጭርብን በዝግጅት ላይ ይገኛል፡፡ ስለዚህ ይህንን የተቃጣብንን አደጋ በማክሸፍ፣ ቸሩ አምላካችን ይታደገንና ያድለን ዘንድ ማናችንም አሜሪካውያን ባፈው ስለፈፀምው ግፍና በደል፣ ስለተቀረውም መተላለፋችን ይቅር ይለን ዘንድ፣

- በአንድዬ ልጁ በጌታ በኢየሱስ ፍቅር ይጎበኘን ዘንድ፡-
- የመንፈስ ቅዱስንም ስጦታዎች ያፈስብን ዘንድ፣

እነሆ መጪው ረቡዕ፣ ግንቦት 2 ቀን 1798 ወደ ቸሩ ፈጣሪ የምንመለስበት፣ የጾምና የጸሎት፣ የምልጃና የጽሞና ቀን ሆኖ፣ በመላው አሜሪካ እንዲከበር አውጃለሁ፡፡
(ከዮናይትድ ስቴትስ አዋጆች ማኅደር ቅጽ 16 የተወሰደ)

ሌላ ከዚህ ጋር ተመሳሳይ የሆነ መንፈሳዊ መነሳሳት የሚያጋጥመን ደግሞ፣ በአራተኛው የአሜሪካ ፕሬዝደንት ጀምስ ማዲሰን ዘመን ነው፡፡ ለዚህኛውም ብሔራዊ የጾምና የጸሎት ቀን እወጃ መንስዔው፣ እንደበፊቱ ሁሉ አሁንም ለሁለተኛው ጊዜ፣ በእንግሊዝ አማካይነት በአሜሪካ ላይ የተቃጣው የወረራ ጥቃት ነው፡፡ የፕሬዝዳንቱም የአዋጅ ቃል እንደሚከተለው ይነበባል፡፡

‹‹የዩናይትድ ስቴትስ የሕግ መምሪያና መወሰኛ ምክር ቤቶች፣ ባደረጉት ስብሰባ በአገራችን ላይ ያንዣበበውን የእንግሊዝ መንግሥት ሁለተኛ ዙር ወረራ ለመቋቋም፣ የእግዚአብሔር እርዳታ እንደሚያሻን አምነውበታል፡፡ በመሆኑም የቀደሙት አባቶቻችንን ፈለግ በመከተል፣ በአገሪቱ ፕሬዝዳንት አማካይነት አንድ የጾምና የጸሎት ቀን፣ በብሔራዊ ደረጃ እንዲታወጅ፣ ከሙሉ ስምምነት ደርሷል . . .፡፡››

እኔም በሁለቱ ምክር ቤቶች ውሳኔና በተጣለብን አደራና ኃላፊነት መሠረት፣ መላው የአሜሪካ ሕዝብ መጪውን ታህሳስ 5 ቀን 1815 ዓ/ም፣ ወደ አምላኩ ምህላ የሚያደርስበት በጾምና በጸሎት ተጠምዶ ምልጃ የሚይዝበት ቀን እንዲሆን፣ ወስኜአለሁ፡፡››

(ከዮናይትድ ስቴትስ አዋጆች ማኅደር ቅጽ 17 የተወሰደ)

ለዚህ ሁሉ መሰሉ የሕዝቡ ልመና፣ የእግዚአብሔር ምላሽ በዚያኑ ሰሞን፣ የአሜሪካ ጦር በተለያዩ ግንባሮች ለጥቃት በመገስገስ ላይ በነበረው፣ የእንግሊዝ ሠራዊት ላይ ድልን የመቀዳጀቱ ሁኔታ ነው፡፡ ይህም በነቢዩ ኢሳይያስ 65፡24 ላይ፡-

‹‹እንዲህም ይሆናል፣ ሳይጣሩ እመልስላቸዋለሁ፣ ገናም ሲናገሩ እሰማለሁ›› ተብሎ ለቀረበው፣ የእግዚአብሔር ቃል ኪዳን ተፈጻሚነት አንዱ ማረጋገጫ ለመሆኑ ተደጋግሞ የሚነገርለት ነው፡፡

በዚህም ድንቅና ብርቅ ተአምር በመማረክ ነበር፣ ሁለቱ ምክር ቤቶች እንደገና በጋራ በመሰብሰብ፣ አንድ ራሱን የቻለ የምስጋናና የአምልኮ ቀን እንዲታወጅ የደነገጉት፡፡ ይህንንም በማስመልከት ፕሬዝዳንቱ ማዲሰን፣ ለአሜሪካ ሕዝብ ካስተላለፉት መልእክት በአጭሩ ቀንጨብ አድርገን እንመለከታለን፡፡

‹‹የእግዚአብሔርን ኃያልነት ደግሞ ደጋግሞ ለማወጅም ሆነ፣ ፍትሃዊነቱን የደካሞች አጋርነቱን ለማስተጋባት፣ አንድም እንደ ዩናይትድ ስቴትስ ሕዝብ የታደለ የለም፡፡ ይህም የሃገሪቱ መሥራች ከሆኑት ከፒልግሪምስ አባቶቻችን ጀምሮ፣ ከትውልድ ትውልድ ሲወራረስ የቆየ፣ ብሔራዊ መለያችንና ባህላችን ነው፡፡ እግዚአብሔር እነኛን በጣት የሚቆጠሩ አባቶች፣ ውቅያኖስን በሰላም በማቋረጥ የአሜሪካንን ምድር እንዲወርሷትና እንዲቆጣጠሯትም አስችሏቸዋል፡፡ ለሌሎችም ጭቁን አውሮፓውያን ወንድሞቻቸው፣ መሸሸጊያና መከለያ አድርጓቸዋል፡፡

እኛ የእነርሱ አብራክ ክፋይ የሆንነው የአሜሪካ ዜጎች፣ አገራችንን በብልጽግና ጎዳና ከመምራት ጎን ለጎን፣ ለብሔራዊ ነጻነቷ መስዋዕት በመሆን የታፈረችና የተከበረች ልናደርጋት በቅተናል፡፡ ይሁን እንጂ ለዚህ ሁሉ ያደረሰን፣ ብቸኛው አጋርና አለኝታችን አንዱ እግዚአብሔር ብቻ ለመሆኑ እናምናለን፡፡

በመሆኑም በቅርቡ በእንግሊዞች ላይ የተቀዳጀነው ድል በመዘከር፣ መጪው ታህሣሥ 30 ቀን 1845 ለፈጣሪያችን ክብርና ምስጋና የምናደርስበት፣ ብሔራዊ የበዓል ቀን ሆኖ እንዲከበር ወስኜአለሁ››

(ከዮናይትድ ስቴትስ አዋጆች ማኅደር ቅጽ 16 የተወሰደ)

በአብርሃም ሊንከን የታወጁት ሦስቱ አጽዋማት

አሜሪካ በእርስ በርስ ጦርነት በምትታመስበት ዘመን፤ አገሪቱን በመምራት ላይ የነበሩት በታላቁ ፕሬዝዳንት አብርሃም ሊንከን አማካይነት፤
ሦስቱ የአፅዋማት አዋጆች ታውጀው እንደነበረ ከታሪክ እንረዳለን፡፡
ከነዚህም የመጀመሪያው በ1861 ዓ/ም የታወጀው ሲሆን፤ የሚከተለውን መንፈስ ያዘለ ነበር፡፡

‹‹የጥበብ መጀመሪያ እግዚአብሔርን መፍራት ስለመሆኑ
ማናችንም ብንሆን የምናምንበት ነው፡፡››

ይህንንም በንጹሕ ልቦናና በየዋህነት እስከፈፀምነው ይህ ዛሬ ወንድማማቾች በእርስ በርስ ጦርነት፤ የሚጨፋጨፉበት በጭካኔ የሚተራረዱበት፤ ብሎም ከፍተኛ ሃብትና ንብረት የሚወድበት ጦርነት በሰላም እንደሚቋጭ አልጠራጠርም፡፡

‹‹ . . . እነሆም እኔ አብርሃም ሊንከን፤ የአሜሪካ ፕሬዝዳንት በ1861 ዓ/ም ሳምንት ላይ፤ በሚውለው ዕለት ሐሙስ፤ መላው ቀን እንዲሆን ወስኜአለሁ፡፡ በዚህንም ዕለት የማንኛውም ቤተክርስቲያን አገልጋዮችና የቤተሰቡ ተጠሪ የሆንን ምዕመናን ሁሉ፤ ከእግዚአብሔር ዙፋን ሥር በመንበርከክ፤ ለአገራችንና ለሕዝቧ ሰላምን እፎይታን ያድለን ዘንድ መለመን አለብን››
(ከዮናይትድ ስቴትስ አዋጆች ማኅደር ቅጽ 8 የተወሰደ)

ፕሬዝዳንት ሊንከን በዚህ አዋጁ መሠረት በተለይ የቤተሰብ ተጠሪዎች፤ በሕብረት ጾምና ጸሎቱ ሥርዓት ጸሎቱ ሥርዓት ላይ እንዲሳተፉ መጋበዙ፤ እነርሱም በተራቸው ኃላፊነት እንዲሰማቸውና በየቤታቸው ተመሳሳይ ምህላ ለማካሄድ እንዲነሳሱ ለመቀስቀስ ነው፡፡

ሁለተኛው የሊንከን አዋጅ ደግሞ፤ በዚህ መጽሐፍ መግቢያ ላይ ሙሉ በሙሉ ተተርጉሞ ያነበብነው ሲሆን፤ ሦስተኛው አዋጅ ግን ከአንድ ዓመት በኋላ፤ በ1864 የታወጀውና ፕሬዜዳንቱም በተለይ ለአገሪቱ መሪዎች ጥሪ ያቀረበበት ነው፡፡

‹‹. . . የእግዚአብሔርን ምሕረትና ይቅርታ በምንማልድበት በዚህ ሥነ ሥርዓት፤ ማናቸውም ከሊቅ እስከ ደቂቅ ያለ የመንግስት መሥሪያ ቤቶች ባልደረባ፣ የሕግ መመሪያና የሕግ መወሰኛ ምክር ቤት አባላት፣ በዳኝነትና በጥብቅና ላይ የተሠማሩ ግለሰቦች፣ የንግድ ድርጅት ተጠሪዎችና የመሳሰሉት ሁሉ መሳተፍ ይኖርባቸዋል፡፡

የዋጁንም መንፈስ በመክበር፤ በዚያን ዕለት ከጠዋት እስከ ማታ በጾምና በምልጃ እንደተጠመዱ መዋል ይጠበቅባቸዋል፡፡ እግዚአብሔርም ሊታረቀን የሚችለው፤ ራሳችንን በዚህ መልኩ ስናስገዛ ብቻ መሆኑን በጥብቅ አሳስባለሁ፡፡
(ከዮናይትድ ስቴትስ አዋጆች ማኅደር ቅጽ 8 የተወሰደ)

እንግዲህ ከዚህ በላይ በመጠኑም ቢሆን የተመለከትናቸው አዋጆች፤ ከ17ኛው ክፍለ ዘመን መግቢያ እስከ 19ኛው ክፍለ ዘመን አጋማሽ የታወጁትን ቢሆንም፤ ዳሩ ግን አንድ

ልንገነዘበው የሚገባ ታላቅ ሐቅ አለ፡፡ ይኸውም እነኝህ የቀድሞዎቹ አባቶች፣ ለጾምና ለጸሎት በመስጠት፣ የቱን ያህል አሜሪካንን ሊገነቧት እንደቻሉ ነው፡፡ እንደዚሁ ሁሉ የአሁኑም ትውልድ የፖለቲካ መሪዎች፣ ባለሥልጣናት፣ የተለያዩ ባለሙያዎችና ተራ ዜጎች በተመሳሳይ መንገድ ራሳቸውን ለእግዚአብሔር ያስገዙ፣ በቸርነትና በምህረቱም የተማመኑ ሊሆን ይገባል፡፡

12

ክብርቲቱ ቤተ ክርስቲያን

በመንፈስ ቅዱስ ለመሞላት፤ በምድራችን ላይ ያለችው ብቸኛ የእግዚአብሔር ተወካይ፤ ቤተክርስቲያን ብቻ ናት፡፡ በተለይም ባለፈው ምዕራፍ 8 ላይ እንደተመለከትነውም፤ ‹‹በኋለኛው ዝናብ›› ዘመን ቤተክርስቲያን ይህንን ኃይል ሙሉ ለሙሉ በመላበስ፤ ኃይልንና ሥልጣንን ፍትህንና ጽድቅን ትቀዳጃለች፡፡ ከዚህም የተነሣ በዘመኑ ፍጻሜ ላይ፤ በእግዚአብሔር የታለመላትን ማናቸውንም ቅዱስ ዕቅድ በማሟላት፤ ጸጋንና ክብርን ትጎናጸፋለች፡፡

ፍጹማዊቷ ቤተክርስቲያንና የጳውሎስ ራዕይ

ጳውሎስ በኤፌሶን መልእክቱ 1፡22-23 ላይ ቤተክርስቲያን፤ የክርስቶስ አካል ስለመሆኗና እርሱም ብቸኛ ጠባቂዋና ራሷም ስለመሆኑ፤ ይነግረናል፡፡ ከዚህም በማከታተል ክርስቶስ ለቤተክርስቲያን አገልጋዮቹ ስለደለደላቸው ክፍፍሎች እንደሚከተለው ይዘረዝርልናል፡፡

‹‹እርሱም አንዳንዶቹ ሐዋርያት፣ ሌሎቹም ነቢያት፣ ሌሎቹም ወንጌልን ሰባኪዎች፣ ሌሎችም እረኞችና አስተማሪዎች እንዲሆኑ ሰጠ፤ ሁላችን የእግዚአብሔርን በማመንና በማወቅ ወደሚገኝ አንድነት፣ ሙሉ ሰውም ወደ መሆን የክርስቶስም ሙላቱ ወደሚሆን ወደ ሙላቱ ልክ እስክንደርስ ድረስ፣ ቅዱሳን አገልግሎትን ለመሥራትና ለክርስቶስ አካል ሕንጻ ፍጹማን ይሆኑ ዘንድ፡፡›› (ኤፌሶን 4፡11-13)

በቤተክርስቲያን ውስጥ ያሉትን አምስቱን ዋና ዋና አገልግሎቶች ማለትም ሐዋርያነትን፣ ነቢይነትን፣ ሰባኪነትን፣ እረኝነትንና አስተማሪነትን በቁጥር 11 ላይ ተዘርዝረው ስናገኛቸው፤ በቁጥር 12-13 ላይ ደግሞ አገልግሎቶቹ ክርስቶስን በማስከበር ረገድ ሊጫወቱ የሚገባውን ሚና ያብራራልናል፡፡

ከዚህ በመቀጠል በመጠኑም ቢሆን የሚያወያየን በዚሁ ቁጥር ውስጥ የሰፈረውና ‹‹ሁላችን የእግዚአብሔርን ልጅ በማመንና በማወቅ ወደሚገኝ አንድነት›› የሚለው ሐረግ ነው፡፡ የዚህ ጥቅስ መልዕክት መንፈስ የሚያመለክተን፤ ሁላችንም ክርስቲያኖች ወደ ፊት ልንወጻቸው ስለምንችለው አንድነት ወይም ውህደት መሆኑ ግልጽ ነው፡፡

ይሁን እንጂ ከዚህ መሰሉ ደረጃ የሚደረሰው ደግሞ፤ ‹‹የእግዚአብሔርን ልጅ በማመንና በማወቅ›› ብቻ ስለመሆኑ ጎን ለጎን ሠፍሮ የምንመለከተው ነው፡፡ እናም ዋናው ጥያቄ

ስለዚህ ስለ አንዱ የእግዚአብሔር ልጅ፤ እንደምን ሁላችንም ክርስቲያኖች አንድ ዓይነት መረዳትና እምነት ልናራምድ እንችላለን የሚለው ነው፡፡

ቤተክረስቲያን አሁንም በማደግ ላይ ያለች፤ የክርስቶስ አካል ናት፡፡ ስለዚህ የሚጠበቅባትን እድገት ጨርሳ ከብስለት (ከፍጹማዊነት) ደረጃ ለመድረስ፤ ገና ልታጠናቅቀው የሚገባ ሂደት አለ ማለት ነው፡፡ ይህንንም በምትፈጽምበት ጊዜ ይሆናል፤ ‹‹ሙሽራዋ›› ክርስቶስ ወደርስዋ የሚመጣው፡፡

ክርስቶስ ለቤተክርስቲያኑ ያለው ፍቅር፣ ባል ለሚስቱ ካለው ፍቅር ጋር ተመሳሳይ መሆኑን በማነጻፀር አሁንም ጳውሎስ በዚሁ መልዕክቱ ምዕራፍ 5 ላይ እንደሚከተለው አስፍሮልናል፡፡

‹‹ባሎች ሆይ ክርስቶስ ደግሞ ቤተክርስቲያንን እንደወደዳት ሚስቶቻችሁን ውደዱ በውኃ መታጠብና ከቃሉ ጋር አንጽቶ እንዲቀድሳት ስለ እርስዋ ራሱን አሳልፎ ሰጠ፡፡›› (ኤፌሶን 5፡25-26)

በዚህ ጥቅስ አማካይነት፤ ጳውሎስ ሁለት ባህርያት በጉልህ እንዳንጸባረቀ እናስተውላለን፡፡ ይኸውም አንደኛ አዳምነቱን፤ ሁለተኛ ደግሞ ቅዱስነቱን ነው፡፡ መዳን የሚገኘው በመስቀል ላይ በፈሰሰው የክርስቶስ ደም ሲሆን፤ ቅድስናም የሚገኘው በቃሉ በማመን ብቻ ይሆናል ቃሉም ገላን በንጹሕ ውሃ እንደመታጠብ ያህል ከኃጢአታችን ያነጻናል፡፡ እንግዲህ አንዲት ቤተክርስቲያን ምሉዕነትን ወይም ፍጹምነትን ለመላበስ፤ የተጠቀሱትን ሁለቱን የክርስቶስ ባህርያት መላበስ ይኖርበታል ማለት ነው፡፡

በመሠረቱ ዮሐንስ በአንደኛ መልዕክቱ 5፡6 ላይ፤ ስለ ክርስቶስ ያሰፈረው የሚከተለው ምስል ከጳውሎስ ገለጻ ጋር ተመሳሳይ ነው፡፡

‹‹በውኃና በደም የመጣ ይህ ነው፣ እርሱም ኢየሱስ ክርስቶስ በውኃና በደሙ እንጂ በውኃው ብቻ አይደለም››

በእነዚህም በክርስቶስ መንታ አገልግሎቶች ሳቢያ፤ ቤተክርስቲያን የምትቀዳጀውን ጸጋ አስመልክቶ፤ አሁንም ጳውሎስ የሚከተለውን ይለናል፡፡

‹‹እድፈት ወይም የፊት መጨማደድ ወይም እንዲህ ያለ ነገር ሳይሆንባት ቅድስትና ያለ ነውር ትሆን ዘንድ ክብርት የሆነች ቤተክርስቲያን ለራሱ እንዲያቀርብ ፈለገ፡፡›› (ኤፌሶን 5፡27)

ከዚህ ገለጻ እንደምንረዳው፤ ቤተክርስቲያን ‹‹ክብርን›› ተላበሰች ማለት ነው፡፡ ‹‹ክብርት›› መባሏም እግዚአብሔር በሕዝቡ መሃል መገኘቱን የሚያመለክትና ከዚያም የተነሣ ምዕመኑ፤ ንጽሕናን መላበሳቸውን የሚያረጋግጥልን ነው፡፡ ይህም ክርስቶስ በዮሐንስ 17፡24 ላይ፤ ‹‹አባት ሆይ፡- ዓለም ሳይፈጠር ስለ ወደድኸኝ የሰጠኸኝን ክብሬን እንዲያዩ እኔ ባለሁበት የሰጠኸኝ እነርሱ ደግሞ ከእኔ ጋር ይሆኑ ዘንድ እወዳለሁ›› ሲል ለጸለየው ጸሎት ተፈጻሚነት ምስክር ነው፡፡

እንግዲህ ጳውሎስ በኤፌሶን 4፥13 እና በኤፌሶን 5፥27 ላይ ካሰፈራቸው መልእክቶች፣ ግልጽ የሚሆንልን እንደምን በዘመኑ ፍጻሜ ላይ፣ ቤተክርስቲያን የሚከተሉትን ሰባት መለያ ባህርያት እንደምትወርስ ነው፡፡

1. ቤተክርስቲያን በእምነቷ የተዋሃደችና ወጥ ትሆናለች፣
2. ለሁሉም ነገር ምንጩ፣ ብቸኛው የቤተክርስቲያን ራስ የሆነው ክርስቶስ መሆኑን ታምናለች፣
3. ምሉእነትን በተቀዳጀ ሁኔታ የክርስቶስን ማንነት፣ ለመላው ዓለም ታስተምራለች፣
4. በእግዚአብሔር ክብር የተሞላች ትሆናለች፣
5. ቅድስናን ትላበሳለች፣
6. ከኃጢአት የራቀችና የነጻች ትሆናለች፣

ከእነዚህ ቤተክርስቲያን ከምትወርሳቸው መለያ ባህርያት ውስጥ፣ የመጀመሪያዎቹ አራቱ የክርስቶስ አካልነቷን በማስመስከሯ ላይ ያነጣጠሩት ሲሆኑ፣ ቀሪዎቹ ሦስቱ ደግሞ ቤተክርስቲያን የክርስቶስ ንጽህትና ቅድስት ሙሽርነቷን የሚያረጋግጡላት ናቸው፡፡

ኢሳይያስ በዘመኑ ፍጻሜ ላይ ስለምትኖረው ቤተክርስቲያን ከተነበየው፣ በዘመኑ ፍጻሜ ላይ ቤተክርስቲያን የምትላበሰውን ገጽታ በማስመልከት፣ በአዲስ ኪዳን ላይ ተደጋግሞ የተደረገልን ገለጻና ቀደምም ሲል፣ በብሉይ ኪዳን ላይ የተነገሩላት ተደጋጋሚ ትንቢቶች የማይፋለሱ ናቸው፡፡ ይህን እውነታ በተለይ ፍንትው አድርጎ የሚያሳየን ደግሞ የኢሳይያስ ትንተና ሲሆን፣ እርሱም ዓለም ለጣር፣ ለምጥ ለጦርነት፣ ለደም መፍሰስ፣ ለቅሚያና ዝርፊያ በምትጋለጥበት በዚያን በዘመኑ መጨረሻ ላይ፣ የምትኖረውን ቤተክርስቲያን በማስመልከት ቀጣዩን ሰፊ ዘገባ አስፍሮልናል፡፡

‹‹እርሱ የእግዚአብሔር ነፋስ እንደሚነዳው እንደጎርፍ ፈሳሽ ይመጣልና በምዕራብ ያሉት የእግዚአብሔርን ስም በጸሐይ መውጫም ያት ክብሩን ይፈራሉ፡፡ ለጽዮን ታዳጊ ይመጣል በያዕቆብም ዘንድ ከኃጢአት ለሚርቁ ይላል እግዚአብሔር ከእነርሱ ጋር ያለው ቃል ኪዳኔ ይህ ነው ይላል እግዚአብሔር፣ በአንተ ላይ ያለው መንፈሴ በአፍህም ውስጥ ያደረግሁት ቃሌ ከዛሬ ጀምሮ እስከ ዘላለም ድረስ ከአፍህ ከዘርህም አፍ ከዘር ዘርህም አፍ አያልፍም ይላል እግዚአብሔር፡፡

ብርሃንሽ ወጥቶአልና የእግዚአብሔርም ክብር ወጥቶልሻልና ተነሺ አብሪ፡፡ እነሆ ጨለማ ምድርን ድቅድቅ ጨለማም አሕዛብን ይሸፍናል፣ ነገር ግን በአንቺ ላይ እግዚአብሔር ይወጣል ክብሩም በአንቺ ላይ ይታያል፣ አሕዛብም ወደ ብርሃንሽ ነገሥታትም ወደ መውጫሽ ጸዳል ይመጣሉ፡፡

‹‹ዓይኖችሽን አንስተሽ በዙሪያሽ ተመልከቺ እነዚህ ሁሉ ተሰብስበው ወደ አንቺ ይመጣ፣ ወንዶች ልጆችሽ ከሩቅ ይመጣሉ፣ ሴቶች ልጆችሽንም በጫንቃ ላይ ይሸከሙአቸዋል፡፡ በዚያን ጊዜ የባህሩ በረከት ወደ አንቺ ስለሚመለስ የአሕዛብም ብልጥግና ወደ አንቺ ስለሚመጣ አይተሽ ደስ ይልሻል ልብሽም ይደነቃል ይሰፋልም፡፡››

(ኢሳይያስ 59፥19-21፣ 60፥1-5)

ይህን ረዘም ያለ ጥቅስ ጥቂት በጥቂት በመውሰድ ጠለቅ ብለን ስንመረምረው፣ የዘመናችንን ተጨባጭ ሁኔታዎች ቁልጭ አድርጎ እንደሚያሳየን የማያጠራጥር ነው፡፡

ለምሳሌ በ59፣19 ላይ ‹‹. . . በምዕራብ ያሉት የእግዚአብሔርን ስም በጸሃይ መውጫም ያሉት ክብሩን ይፈራሉ›› ተብሎ እንደሰፈረው፣ በአሁኑ ወቅት ‹‹በጎርፍ ፈሳሽ›› የተመሰለው ሰይጣን፣ በመላይቱ ምድር ላይ ዘመቻ የከፈተ ቢሆንም፣ ሆኖም የእግዚአብሔርን መንፈስ ማሸነፍ የማይቻለው ይሆናል፡፡ ስለምን እግዚአብሔር በዚሁ ምዕራፍ ቁጥር 17 ላይ ‹‹ጽድቅንም እንደ ጥሩር ለበሰ በራሱም ላይ የማዳንን ራስ ቁር አደረገ የበቀልንም ልብስ ለበሰ በቅንዓትም መጎናጸፊያ ተጎናጸፈ›› ተብሎ እንደተገለጸው፣ ሰይጣንን ድል ለመምታት ነሳልና ነው፡፡

ለዚህም ማስረገጫ ይሆን ዘንድ፣ ከ2ኛው ዓለም ጦርነት ወዲህ ባለው የዓለማችን ታሪክ ላይ ብናተኩር፣ ተደጋግሞ የምናጤነው ይህን መሰሉን ሁኔታ ነው፡፡ ሰይጣን በማንኛውም አቅጣጫ ቢሆን፣ ክርስቶስን ለማስካድ ያላቋረጠና እጅግ የረቀቀ ዘመቻ ከፍቷል፡፡ ሆኖም መንፈስ ቅዱስ ይህንን የሰይጣንን ውስብስብ ሤራ ከመመከትም አልፎ፣ ማናቸውንም የረቀቀ ተንኮልና ደባውን እያከሸፈበት ነው፡፡

ይኸውም በኢዮኤል 2፣28 ላይ ‹‹ከዚህም በኋላ እንዲህ ይሆናል፣ መንፈሴን በሥጋ ለባሽ ሁሉ አፈስሳለሁ ወንዶችና ሴቶች ልጆችሁም ትንቢት ?ይናገራሉ . . . .›› ተብሎ እንደተነገረው፣ መንፈስ ቅዱስ በማንኛውም የዕድሜ ክልል በሚገኙ ሕዝበ-ክርስቲያኖች ላይ፣ በመውረድ፣ ንስሐ እየገቡ ጌታ ኢየሱስን ለመቀበልና ጠላታቸው ሰይጣንን ለማሳፈር ስላስቻላቸው ነው፡፡ ይህም የመንፈስ ቅዱስ ጉብኝት ጊዜያዊ ሳይሆን ዘላቂና እየተጠናከረም የሚሄድ ይሆናል፡፡
ያን መሰሉም የብርሃን ልጆች አይበገሬነትና የጨለማው ተገዢዎች የአልሞት ባይ ተጋዳይነት እየተባባሰ ሄዶ ወደ መጨረሻው ፍልሚያ የሚያመራ ይሆናል፡፡ ይኸውም በ2 ቆሮንቶስ 6፣14 ላይ ‹‹ከማያምኑ ጋር በማይመች አካሄድ አትጠመዱ ጻድቅ ከዓመጻ ጋር ምን ተካፋይነት አለውና ብርሃንም ከጨለማ ጋር ምን ኅብረት አለው?›› ተብሎ እንደተገለጸው፣ የፍልሚያ መቋጫ ወቅት ይሆናል፡፡

ታላቁ የመጨረሻ ግዳጅ

ጌታ ኢየሱስን ደቀ መዛርቱ ‹‹... ንገረን ይህ መቼ ይሆናል? የምጣትህና የዓለም መጨረሻ ምልክቱስ ምንድን ነው?›› (ማቴዎስ 24፣3) በማለት አንድ ለየት ያለ ጥያቄ አቅርበውለት ነበር፡፡

እርሱም በዚሁ ምዕራፍ ከቁጥር 5-13 የሰፈሩትን ነጥቦች፣ እንደመንደርደሪያ በማድረግ ከጠቀሳቸው በኋላ፣ በማጠቃለያውም ‹‹ለአህዛብም ሁሉ ምስክር እንዲሆን፣ ይህ የመንግስት ወንጌል በዓለም ሁሉ ይሰበካል በዚያን ጊዜም መጨረሻው ይመጣል›› (ቁ.14) በማት ጥያቄአቸውን መልሶላቸዋል፡፡

ይህ ጥያቄ የሚያስረግጥልን ታላቅ ፍሬ ነገር፤ በዘመኑ ፍጻሜ መዳረስ ላይ ተቀዳሚውን ሚና የሚጫወቱት፤ ሰይጣንና የእርሱ ተከታዮች የሆኑት ወገኖች ሳይሆኑ፤ የእግዚአብሔር ቃል የሆነው የወንጌል በመላው ዓለም መሰበክ መሆኑን ነው፡፡ ይህም የሚሳካው የክርስቶስ አካል በሆነችው ቤተክርስቲያን አማካይነት ብቻ ይሆናል፡፡ የቤተክርስቲያንም ይህንን ኃላፊነት መረከብ፤ በተራው የሚያስረግጥልን በመጽሐፈ መክብብ 8፡4 ላይ ‹‹የንጉሥ ቃል ኃይለኛ ነውና ይህንስ ለምን ታደርጋለህ ማን ይለዋል›› በሚል መልስ የተገለጸውን፤ መጽሐፍ ቅዱሳዊ ቃል ተፈጻሚነት ሲሆን፤ ተግባራዊ የሚሆነውን ‹‹እግዚአብሔር እርሱ ራሱ እንደፈቀደ በምልክትና በድንቅ ነገር፤ በልዩ ልዩ ተአምራትም መንፈስ ቅዱስንም በማደል›› (ዕብራውያን 2፡4) ይሆናል፡፡ እነሆ በአሁኑ ዘመን የምንመሰክረውም ቤተክርስቲያን ይህን የተጣለባትን ኃላፊነት፤ በብቃት በመወጣት ላይ መሆኗን ነው፡፡ ‹‹በዚያን ጊዜ የባሕሩ በረከት ወደ አንቺ ስለሚመለስ የአሕዛብም ብልጥግና ወደ አንቺ ስለሚመጣ›› (ኢሳይያስ 60፡5) ተብሎ እንደተተነበየላት ሁሉ፤ ቤተክርስቲያን ወንጌልን ለማሰራጨት የገንዘብም ሆነ የቁሳቁስ እጥረት አይገጥማትም፡፡ ከሁሉም በላይ ደግሞ በኋለኛው የዝናብ ዘመን፤ ምድሪቱን በሚያጥለቀልቃት መንፈስ ቅዱስ አማካይነት፤ የሚነሳሱት ወጣቶች ‹‹እስከ ምድር ዳርቻ ድረስ ምስክሮቼ ትሆናላችሁ›› (የሐዋርያት ሥራ 1፡5) የሚለውን የጌታን ቃል ለማሟላት፤ በያለበት የመነሳሳታቸው እውነታ ነው፡፡ ይህም በተራው የሚመሰክርልን ጌታ ራሱ ‹‹ይህ ሁሉ እስኪሆን ድረስ ይህ ትውልድ አያልፍም›› ማቴዎስ 24፡34 በማለት የተናገረለት የዚያ የዘመን ፍጻሜ መዳረሻ መቃረቡን ነው፡፡

እንግዲህ ይህን ከመሳሰለው የዓለማችን ተጨባጭ ሁኔታ በመነሣት፤ በበኩሌ እንደደመደምኩት በአሁኑ ወቅት የክርስትናውን ዓለም እንቅስቃሴ በመወከል፤ ግንባር ቀደሙን ሚና በመጫወት ላይ ያለችው አሜሪካ ናት ለማለት እችላለሁ፡፡ ይህቺ አገር በመንፈስ ቅዱስ የተሞሉ፤ አያሌ ወጣቶች ያቆጠቆጡባት ዘመናዊ የቴክኖሎጂ ግኝቶችን አማርጠው የመጠቀሙ ብቃት ያላቸው፤ አብያተ ክርስቲያናት የተንሰራፋባት የምዕመኑ የገንዘብና የማቴሪያል ድጋፍ እንደልብ የሚጎርፍባት አገር ናት፡፡ እናም የሰውን ልጅ ለመጀመሪያ ጊዜ ከጨረቃ ላይ ለማድረስ ለቻለችው አሜሪካ፤ ወንጌልን በመላይቱ ምድር ማሰራጨት አይከብዳትም፡፡

ለማጠቃለልም እነኛ መጽሐፍ ቅዱሳቸውን ከደረታቸው እንደጋሻ እንደለጠፉ፤ የአትላንቲክ ውቅያኖስን አቋርጠው አሜሪካንን የመሰረቱት፤ የፒልግሪምስ አባቶች ጾምና ጸሎት፤ ግቡን መትቶ ለመላው ዓለም በረከትን እያተረፈ ነው፡፡ ስለዚህ ያ በእነርሱ የተጀመረው የጾምና የጸሎት ዘመቻ ግቡን ከመምታትም አልፎ፤ ለቤተክርስቲያን ዘላለዊና ፍጹማዊ ድልን እንዲያጎናጽፉት፤ እኛም ለጾምና ለጸሎት በመስጠት ወደ እግዚአብሔር እንቅረብ!!!

ስለ ደራሲው

ዴሪክ ፐሪንስ የተወለዱት እንግሊዛዊ ከሆኑ ወላጆቻቸው በሕንድ አገር ነበር፡፡ ኢቶን ኮሌጅና ካምብሪጅ ዩኒቨርስቲ በተባሉት የብሪታንያን ከፍተኛ የትምህርት ተቋማት የግሪክና የላቲን ምሁር ይሆኑ ዘንድ ትምህርታቸውን የጨረሱ ናቸው፡፡ እንደ አውሮፓውያን አቆጣጠር ከ1941-1949 ድረስ በካምብሪጅ በጥንትና በዘመናዊ ፍልስፍና የፕሮፌሰርነት ማዕረግ ይዘው ሲያገለግሉ ቆይተዋል፡፡ ከዚያም ደግሞ በኢየሩሳሌም ዩኒቨርሲቲ የዕብራይስጥና የአራማይክ ቋንቋ አጥንተዋል፡፡ በተጨማሪም ሌላ ብዙ ዘመናዊ ቋንቋዎችን ይናገራሉ፡፡

በ2ኛው የዓለም ጦርነት በመጀመሪያዎቹ ዓመታት ገደማ በእንግሊዝ ጦር የሆስፒታል ተጠባባቂ ሆነው ሲያገለግሉ ሳሉ ሕይወታቸውን የሚለውጥ ከኢየሱስ ክርስቶስ ጋር አደረጉ፡-

ስለዚህም ልምምድ ሲገልጹ እንደዚህ በማለት ጽፈዋል፡-

በዚህ ልምምድ ምክንያት ከዚያን ጊዜ አንስቶ ፈጽሞ የማልቀይራቸው ሁለት ውሳኔዎችን አደረግሁ፡፡ ከሁሉ በመጀመሪያ ኢየሱስ ክርስቶስ ሕያው መሆኑን ተረዳሁ፡፡ በሁለተኛ ደረጃ መጽሐፍ ቅዱስ እውነተኛ ጠቃሚና በእኛ ዘመንም መጽሐፍ መሆኑን ተገነዘብሁ፡፡

በ2ኛው የዓለም ጦርነት መጨረሻ ላይ የእንግሊዝ ጦር በመደባቸው ስፍራ በኢየሩሳሌም ቆዩ፡፡ ከመጀመሪያው ሚስታቸው ሊዲያ ጋር ባደረጉት ጋብቻ ምክንያት ሊዲያ በጉዲፈቻ ለምታሳድጋቸው ስምንት ሴት ልጆች አባት ሆኑ፡፡ ቤተሰቡ በአንድ ላይ እንደ አውሮፓውያን አቆጣጠር 1948 የእስራኤልን እንደገና መወለድ አየ፡፡ በኬንያ በመምህርነት ሲያገለግሉ ዴሬክና ባለቤታቸው ሊዲያ አፍሪካዊት ልጅ ዘጠነኛ የጉዲፈቻ ልጃቸው አደረገ፡፡

ሊዲያ እንደ አውሮፓ አቆጣጠር በ1975 ከሞተች በኋላ ዴሬክ ፐሪንስ በ1978 ዓ/ም ሩት የተባለችውን ሁለተኛ ሚስታቸውን አገቡ፡፡ ከሩት ሦስት ልጆች ጋር የዴሬክ የቅርብ ቤተሰብ ቁጥር ወደ አሥራ ሁለት ደረሰ፤ ዴሬክ ብዙ የልጅ ልጅ አይተዋል፡፡

ለማንኛውም የቤተክርስቲያን ወገን (ዲኖሚኔሽን) የማይወግነውና የማይከፋፍለው ትምህርታቸው በተለያዩ ዘሮችና የሃይማኖት ወገኖች ተቀባይነት ያገኝ ዘንድ በሮችን ከፍቶላቸዋል፡፡ በዓለም ዓቀፍ ደረጃ የዘመናችን ቀዳሚ የመጽሐፍ ቅዱስ ምሁር ተደርገው ይታወቃሉ፡፡ ‹ዛሬ ከዴሬክ ፕሪንስ ጋር› የተባለው የእርሳቸው ዕለታዊ የሬዲዮ ማሰራጫ ፕሮግራም ግማሹን የዓለም ሕዝብ ሲደርስ በአረብኛ እንዲሁም በአምስቱ የቻይና ቋንቋዎች (ማንዳሪን፣ አሞይ፣ ካንቶን፣ ሸንጋይ እና ሰዋቶው) በሞንጎሊያ፣ በእስጳኝ፣ በሩሲያ እና በቶንጋ ቋንቋዎች ተተርጉሞ እንደሚሰራጭ ታውቋል፡፡ ከ 50 በላይ ወደሚሆኑ ቋንቋዎች የተተረጎሙ ከ 30 በላይ የሚሆኑ መጻሕፍትን ደርሰው አሳትመዋል፡፡

በዴሬክ ፕሪንስ ዓለም ዓቀፍ አገልግሎት በኩል የእርሳቸው መጽሐፍትና የካሴት አገልግሎት በብዙ ለሚቆጠሩ ለሦስተኛ ዓለም ውስጥ ላሉ የቤተክርስቲያን መሪዎች ለምሥራቅ አውሮፓና ነጻ ለሆኑ የጋራ ሃብት አገሮች ያለ ክፍያ እንዲደርሱ እየተደረገ ነው፡፡

አሁን ከ75 ዓመት በላይ ዕድሜ ያላቸው ዴሬክ ፕሪንስ አሁንም በዓለም ዙሪያ የእግዚአብሔርን እውነት እየተናገሩ ለበሽተኞችና ለችግረኞች እየጸለዩ በመጽሐፍ ቅዱስ ብርሃንነት የዓለምን ሂደት በተመለከተ ትንቢታዊ የሆነ የመጽሐፍ ቅዱስ እውቀታቸውን በማካፈል ላይ ይገኛሉ፡፡

ዴሬክ ፕሪንስ ዓለም አቀፍ ዋና መሥሪያ ቤት የሚገኘው በካርሎቲ ሰሜን ካሮሊና ሲሆን ቅርንጫፍ ቢሮዎችም በአውስትራሊያ፣ በካናዳ፣ በጀርመን፣ በሆላንድ፣ በኒውዚላንድ፣ በደቡብ አፍሪካና በብሪታንያ አሏቸው፡፡

ክርስቲያኖች
የዓለምን የታሪክ ሂደት
ለመለወጥ ይችላሉ

መጽሐፍ ቅዱሳዊ መሠረት ላለው ጾምና ጸሎት
ራሳቸውን ያስገዙ ክርስቲያኖች፣ የዓለምንና የመንግሥታትን
የጉዞ አቅጣጫ አስቀይረዋል፡፡

የዚህን አባባል ትክክለኛነት ለማስረገጥ፣ ዴሪክ
ፕሪንስ በግል ሕይወታቸው ያለፉበትን የሰሜን አፍሪካን
ጦርነት፣ የስታሊንን መንግሥት አወዳደቅ፣ እሥራኤላውያንን መሰብሰብ
የኬንያን መንግሥት አመሠራረት
በማስረጃነት አቅርበውልናል፡፡

ስለዚህ እርስዎም በእነዚህ ሁለት መንፈሳዊ መሣሪያዎች
በመጠቀም፣ እንደምን ቤተሰብዎን፣ ቤተክርስቲያንዎን፣ አካባቢዎን፣
አገርዎንና ብሎም ዓለምን ጭምር ለመለወጥ እንደሚችሉ፣ ይህን መጽሐፍ
በማንበብ ይረዱ!!!